மூன்றாவது
சிருஷ்டி

மூன்றாவது சிருஷ்டி

கௌதம சித்தார்த்தன்

எதிர்
வெளியீடு

மூன்றாவது சிருஷ்டி
கௌதம சித்தார்த்தன்

முதல் பதிப்பு: 1988
இரண்டாம் பதிப்பு: டிசம்பர் 2014
எதிர்வெளியீடு, 96, நியூ ஸ்கீம் ரோடு, பொள்ளாச்சி - 642002.
தொலைபேசி: 04259   226012, 98650 05084.
வடிவமைப்பு: ரவிந்திரன்

விலை: ₹ 120

Moonravathu Sirushti
Gouthama Siddarthan

First Edition: 1988
Second Edition: December 2014
Published by Ethir Veliyedu, 96, New Scheme Road. Pollachi - 2.
Phone: 04259 - 226012, 98650 05084.
Email: ethirveliyedu@gmail.com
www.ethirveliyedu.in
Layout: Ravindran

Price: ₹ 120

All rights reserved. No part of this book may be reprinted or reproduced or utilised in any form or by any electronic, mechanical or other means, now known or hereafter invented, including photocoping and recording, or in any information storage or retrieval system, without permission in writing from the Publisher.

கௌதம சித்தார்த்தன்

தமிழ் மொழியின் இன்றைய தேவை அரசியல் மொழி என்று சொல்லும் கௌதம சித்தார்த்தன் முதன்மையான இலக்கிய எழுத்தாளர் மற்றும் மூன்றாம் உலகம் சார்ந்த மாற்றுப் பார்வை கொண்ட பத்திரிகையாளர். கடந்த 20 வருடங்களாக நவீனத்தமிழ் இலக்கிய தளத்தில் கதை,கட்டுரை போன்ற தளங்களில் செயல்பட்டுக் கொண்டிருப்பவர். 1990 களில் நவீனத்துவம் மறைந்து பின்நவீனத்துவப் படைப்புகள் உலகளவில் பரபரப்பாகச் செயல்பட்ட தருணத்தில், தமிழ் மொழியின் ஆன்மாவுக்கேற்ற விதமாக பின்நவீனத்துவ எழுத்தை தமிழின் வேர்களைத் தேடும் விதமாக மாற்றி, தமிழ்ச்சிறுகதை தளத்தில் புதுவகை எழுத்து என்னும் ஒருசிந்தனைப் போக்கை உருவாக்கியவர். உன்னதம் என்னும் இதழை துவக்கத்தில் இலக்கிய இதழாக வெளியிட்டு மெல்லமெல்ல சர்வதேச அரசியல் இதழாக மாற்றி நடத்தியவர். (தற்போது இதழ் நின்றுவிட்டது) பலவருடங்களாக இலக்கியச் செயல்பாடுகளிலிருந்து விலகியிருந்த இவர் தற்போது மீண்டும் தீவிரமாக செயல்பட ஆரம்பித்திருக்கிறார்.

உள்ளடக்கம்:

தளம் ஒன்று: 15
   1. சாபம் 16
   2. கட்டில் 30
   3. வலி 42

தளம் இரண்டு: 55
   4. எனினும் போஹன்வில்லாப்பூக்கள் கவர்ச்சி நிரம்பியவை 56
   5. படங்களில் சில முகங்கள் 60
   6. நவீன கழிப்பிடம் 66

தளம் மூன்று: 75
   7. சுவர் 76
   8. தோற்றம் 80
   9. கானகவாசி 88

தளம் நான்கு: 95
   10. தாத்தாவின் நாற்காலி 96
   11. தம்பி 103
   12. மூன்றாவது சிருஷ்டி 118

கௌதம சித்தார்த்தன்

தமிழின் நவீன இலக்கியத்தை உலக இலக்கியத்தரத்துக்கு உயர்த்த வேண்டும் என்பதில் மிகுந்த தீவிரம் காட்டிவரும் இவர், 1984களின் ஆரம்பத்தில் இலக்கிய உலகத்தில் பிரவேசித்து சற்றேறக்குறைய மூன்று வருடங்களில் எழுதியுள்ளவை இங்கு தொகுப்பாகியிருக்கின்றன.

எழுத ஆரம்பித்த முதல் கதையிலிருந்து கடைசிக் கதை வரை தளம் 1, 2, 3, 4 என்று வரிசைப்படுத்தியிருப்பது இவருடைய எழுத்து நுட்பத்தின் வளர்ச்சியையும், ஒரு தீவிர தேடல் மனப்பான்மை கொண்ட வாசகனின் வாசகப் படிநிலை அமைப்பையும் முன்வைக்கிறது. அதுமட்டுமல்லாது, அந்தக் காலகட்டத்தில் படிப்படியாக வளர்ச்சியடைந்து வந்து கொண்டிருந்த நவீன இலக்கியத்தின் பரிணாம வளர்ச்சியையும் சாட்சியமாக்குகிறது.

கலைஞனுக்கு ஓயாது தகிக்கும் மனோநிலை வேண்டும் என்று சொல்லும் இவர், வாழ்க்கை பற்றிய ஆழ்ந்த புரிதலுடனும் அழுத்தமான தன்மையுடனும் தமிழின் பல்வேறு பரிமாணங்களைத் தொட்டு, உள்ளடக்க ரீதியாக சிறுகதையின் உருவகத்தை, புத்தியைச் சீவிசீவிச் செய்யவேண்டிய முறையில் செய்திருப்பது அந்தக்கால கட்டத்தில் மிகவும் பரபரப்பாகவும் தவிர்க்கமுடியாத தன்மையிலும் வைத்துப் பேசப்பட்டவை.

இவரது கதைகளை மிகவும் முக்கியத்துவம் வாய்ந்தவை என்றும் தமிழின் தவிர்க்கமுடியாதவையாகவும் கணித்தார் விமர்சகர் க.நா.சு.

எந்தக்குழுவிற்குள்ளும் இயங்காமல் தனித்துவமாக இயங்கியதாலும், நேருக்கு நேராக விமர்சனங்களை முகத்தில் வீசியறைந்ததாலும் தமிழில் விமர்சகர்கள் என்று அறியப்பட்ட மதிப்புரையாளர்கள் இவரைக் ‘கண்டு

கொள்ளாது ஒதுங்கியே இருந்தார்கள்.

உன்னதம் என்கிற பெயரில் ஒரு தீவிரமான இலக்கிய இதழை நடத்தி வந்தார். இதுவரை 37 இதழ்கள் வெளிவந்துள்ளன.

பின்னாளில் தமிழில் 'புதுவகை எழுத்து' என்கிற ஒரு எழுத்து முறையை உருவாக்கியவர்.

இலக்கியத்தளத்தில் தனக்கு ஏற்பட்ட கசப்பான விளைவுகளினால் பலவருடங்களாக இலக்கியச் செயல்பாடுகளிலிருந்து விலகியிருந்ததாகக் கூறும் இவர், தற்போது மீண்டும் தீவிரமாக செயல்பட ஆரம்பித்திருக்கிறார். தற்போது தமிழின் முக்கியமான விமர்சகராகவும் செயல்பட்டுக் கொண்டிருக் கிறார்.

சா. அனுஷ்
எதிர் வெளியீடு

கௌதம சித்தார்த்தன் என்கிற மற்றவனின் கதை

கண்ணாடியுள்ளிருந்த தன்னைக்கண்டு கொண்ட பிரமிள், கணத்தின் மொக்க விழ்ந்தால் காலாதீதம் என்றான். போர்ஹேஸ் மற்றொரு போர்ஹேஸைச் சந்தித்த அந்தக் காலாதீத்தின் மொக்கவிழ்வு, இருவரும் இருவேறுவிதமான காலவெளிகளிலும் நிலவெளிகளிலும் இருக்கும்போது அக்கணமாக அவிழ்ந்தது.

பாஸ்டன் வடக்கில் உள்ள கேம்பிரிட்ஜ் நகரின் சார்லஸ் நதிக்கரையின் பெஞ்சில் அமர்ந்தபடி 1969ல் ஒருவனும், ஜெனீவாவில் உள்ள ரோனே நகரத்தின் நதிக்கரையின் பெஞ்சில் அமர்ந்தபடி 1964 ல் இன்னொருவனுமாக காலமும் வெளியும் விளையாடிப் பார்க்கும் படைப்பு வெளியின் சாத்தியங்களுக்குள் சந்தித்துக் கொண்டார்கள். லேபிரிந்த் என்னும் புதிர்வெளிச்சுழலின் மாய விளையாட்டு அது.

நிச்சலனமாய் தங்களுக்கு முன்னால் இருந்த நீர்ப்படுகையில் ஒரு போர்ஹேஸ் நாணயத்தை வீசியெறிந்தபோது அது H2Oவில் பட்டு எம்பி எம்பி காலப்படுகையில் சலனங்களை ஏற்படுத்திய கணங்கள்தான், நான் கௌதம சித்தார்த்தனைச் சந்தித்தது.

அந்த நாணயம் அவன் அம்மாவிடம் போய்ச் சேர்ந்தது.

அவன் அரசுப்பள்ளியில் ஐந்தாம் வகுப்பு படிக்கும்போது, மதிய உணவுக்காக அவனது அம்மா கொடுத்தனுப்பிய முப்பது காசுகளாக மாறியது. அந்தக்காசில் இருபது காசுகளில் இரண்டு இட்லிகளை வாங்கிச் சாப்பிட்டு விட்டு மீதமுள்ள பத்து காசில் இரண்டு காமிக்ஸ் புத்தகங்களை வாடகைக்கு எடுத்துப் படித்துக் கொண்டிருந்த கணத்தில்தான் முதலில்

அவனைச் சந்தித்தாக நினைவு.

இரும்புக்கை மாயாவியின் மாயஉலகத்தில் சுற்றிக் கொண்டிருந்தான். சி.ஐ.டி.லாரன்ஸ் டேவிட்டோடு சேர்ந்து அ.கொ.தீ.கழகத்தை அழித்தொழித் தான். பத்திரிகைகளில் வந்த படங்களை கத்திரித்து ஒட்டி, சுயமாக 'படக்கதை' ஒன்றை உருவாக்கி தனது சகாக்களிடையே சுற்றுக்கு விட்டபோது, இட்லி ஒன்றாகவும், காமிக்ஸ்கள் நான்காகவும் மாறிப் போயின.

அந்த காமிக்ஸில்தான் தீ வைத்தான் அவனது அண்ணன். ஆனால் அவனோ, மூலையில் கூட்டித் தள்ளியிருந்த அந்தச் சாம்பலைத் தண்ணீரில் கரைத்துக் குடித்தான். காக்கை கவிழ்த்த கமண்டலமாக அவனுக்குள் இறங்கிய அந்த நீர்ப்படுகையினுள்தான் போர்ஹேஸின் நாணயம் சுழித்தோடியது. கல்வி தடைபட்டு எருமைமாடுகளை மேய்ச்சல் நிலத்துக்குப் பத்திக்கொண்டு நடக்க, அவனுக்குப் பின்னால் நீண்டு கிடந்த நிழலை வெட்டிவெட்டி வீசினான் அண்ணன்.

இடைநுழைந்த தமிழாசிரியர் கிருஷ்ணசாமி, அவனை அழைத்துச் சென்று கவுந்தப்பாடி நூலகத்தில் உறுப்பினராகச் சேர்த்து விட, கட்டணத்தொகை மூன்று ரூபாயாக மாறியது அந்நாணயம். "பள்ளியில் படித்துத்தான் பெரியாளாக வேண்டும் என்பதில்லை, இங்கே உள்ள புத்தகங்களைப்படி.. நீபெரிய ஆளாக வருவாய்.."

சரித்திரத்தின் நுண்ணரசியல் பக்கங்களை ஜனநாதக் கச்சிராயனும், வந்தியத் தேவனும், இளைய பல்லவனும் திறந்து காட்டினர். புரவிகளின் குளம்பொலிகள் தேய்ந்தபோது, வாராவாரம் குமுதத்தில் பறந்த ஹென்றி ஷாரியாரின் பட்டாம்பூச்சி ஒரே தாவாகத்தாவி சுஜாதாவிடம் கொண்டு வந்து சேர்த்தது.

சுஜாதாவும் அவனும் வெகுநாட்கள் கூடிக்கூடிப் பேசிக்கொண்டிருந்தார்கள். வசந்தின் பேச்சினூடே உதிர்த்த விஷயங்கள் போதையுடன் ஈர்த்ததில் புரிபடாதவைகளை நோக்கி நகரத் துவங்கினான்

நாகரிகத்தின் எவ்வித நிழல்களும் கவிழ்ந்திராத ஆலத்தூர் என்னும் அவனது கிராமத்தை விட்டு நகரத்துக்கு இழுத்தது ஈரோடு நடராஜா தியேட்டரின் ஆங்கிலப்படங்கள். (ஆபாசப் படங்கள் அல்ல; அதுவரை கேள்விப்பட்டிராத பின்புலமும் கதையம்சமும் கொண்ட புதிய உலகத்தைத் திறந்து காட்டிய ஹாலிவுட் படங்கள்)

இனம்புரியாத உத்வேகத்துடன் ஓடிக்களித்த கால்கள் ஒரு முக்கியமான மைல்கல்லை வந்தடைந்தன. அது தவமணி. அவனது ஆரம்பகால இலக்கிய வாழ்வின் முக்கியமான பாத்திரம். அவர் அவனுக்கு நவீன இலக்கியத்தை அறிமுகப்படுத்தினார்.

‘விடியல்’ என்ற பெயரில் கையெழுத்துப் பத்திரிகையைத் துவங்கினான். புரட்சி, சோஷலிஸ யதார்த்தவாதம், இலக்கியக்கூட்டங்கள், திரைப்படச் சங்கங்கள், சிறுபத்திரிகைகள்... என்றெல்லாம் சுழன்று கொண்டிருந்தான். வேட்டை நாயின் நாக்குத் தொங்கலோடு ஓயாது தேடி அலைந்து திரிந்ததில் அகப்பட்டதென்ன?

அந்தச் சுழற்சியைப் பிளந்து கொண்டு வந்தவர்தான் தேவிபாரதி. அவனது வாழ்வின் பெரும்பகுதியை அபகரித்துக் கொண்ட அவரோடு கினுகோனார் சந்தில் நின்றுகொண்டு, ஆல்பர்ட் காம்யூவோடும், தாஸ்தாவ்ஸ்கியோடும், ரஷ்ய இலக்கியகர்த்தாக்களோடும், கரிசல் காட்டுக்காரர்களோடும் பேசித்திரிந்தான். பேச்சு, விவாதம், எழுத்து என்று காலங்களற்று அவருடன் கிடந்தான்.

அப்படியும் நடக்குமா என்ன?

அவனைத் தலைகீழாகப் புரட்டிப் போட்டுவிட்ட அந்நிகழ்வு கால.சுப்ரமணியம் என்னும் மகத்தான ஆளுமையால் நடந்தேறியது. அதுவரையிலான நவீனத் தமிழ் இலக்கியத்தை குறுக்குவெட்டாய்த் தாண்டிய வீச்சில் படைப்புக்கும் சிந்தனைக்குமான பரிமாணங்கள் வெட்டி வெட்டிப் பிரிகின்றன. முழுக்க முழுக்க உலகப்படைப்புகளை அவர் அறிமுகப்படுத்தியபோது அதுவரையிலான அவனது பிரபஞ்சம் நிலைகுலைந்து போனது. தாமஸ்மன் தலைகளை மாற்றி வைத்தான். ஷெகர்ஜாத் மரணத்தைத் தள்ளிப் போட்டாள். காஃப்கா கரப்பான் பூச்சியாக உருமாற்றினான். அலென்போவின் பூனையுடனும் போர்ஹேஸின் புலியுடனும் பாழ்நிலத்தில் திரிந்தவனை பித்தனும் மௌனியும் பிரமிளும் மேல்நோக்கிய பயணத்தில் கை தூக்கினார்கள். சர்ரியலிஸமும், சிம்பலிஸமும், போஸ்ட்மாடர்னிஸமும், திராவிடியமும், திணைக்கோட்பாடுகளும், விளிம்பு நிலையியமும் என்று தமிழும் சர்வதேசமும் பிணைந்து புதுவகையிலான பார்வைகளை அவனுக்குள் உருவேற்றின. காலாவும் அவனும் சர்வதேசப்படைப்பு களின் நுட்பங்களைப் பேசிப்பேசி மாய்ந்தார்கள்.

அப்பொழுது பற்றிக் கொண்டது பெருந்தீ. தமிழ் இலக்கியத்தை உலகத்தரத்துக்கு உயர்த்தவேண்டும் என்ற பெருநெருப்பு அவனுக்குள் மூண்டெழுந்தது. 1988ல் ‘மூன்றாவது சிருஷ்டி’ யை வெளியிட்டபோது குற்றாலம் கவிதைப் பட்டறையில் சூறைக்காற்று சுழன்றடித்தது.

அதே சுழற்சியில் ‘உன்னதம்’ பத்திரிகை ஆரம்பித்து ‘புதுவகை எழுத்து’ என்கிற புதிய கோட்பாட்டை உருவாக்கிய போது விமர்சன, சிந்தனையாளர், கோட்பாட்டு, துறை போகிய... திலகங்கள் அவனைக் கடித்துக்குதற ஆரம்பித் தார்கள். ரத்தம் சிந்தச்சிந்த சர்வதேச எழுத்துக்களையும் நுட்பங்களையும் தமிழுக்கு மாற்றிக் கொண்டேயிருந்தான்.

அப்பா, நாணயத்தைக் கொடுத்து மகாபாரதம் படிக்கச் சொன்னபோது, எழுந்தன பல்வேறு கேள்விகள். அவைகளுக்கு இன்னும் விடை சொல்லவில்லை கிருஷ்ண துவைபாயணன்.

இன்னும் என்னென்னவோ சொல்லலாம்;

முக்கியமாக, அவனது வாழ்வில் பாத்திரம் வகித்த இந்த மூன்று நபர்களைத் தவிறவும் இன்னொரு மிக மிக முக்கியமான பாத்திரம் இருக்கிறது. அவர்தான் அவனுக்குள் இருந்த தூய கலை மற்றும் படைப்பு மனோபாவத்தை முழுக்க முழுக்க அரசியலை நோக்கி மடைமாற்றி விட்டவர்; 'உங்களுடைய கலை இலக்கியப் பார்வை இதுவரையிலான காலவெளியில் புத்தம் புதியது. ஆனால், அந்தப்பார்வையை அரசியலோடு இணைத்தால்தான் அது பூரணமடையும்' மைத்ரேயி.

இவ்வாறாக போர்ஹேஸின் நாணயம் அவனுக்குள் லேபிரிந்தாய் சுழன்று கொண்டேயிருந்தது.

அந்த நாணயத்தை எடுத்து பின்னோக்கி வீசியெறிந்தேன். அது எல்லையற்ற பெருவெளியில் பட்டு எம்பி எம்பி எங்கோ போய் விழுந்தது. அது அவனது கைக்குப் போய்ச் சேர்ந்ததா? அல்லது போர்ஹேஸின் கைக்கே போய்ச் சேர்ந்ததா? அல்லது இரட்டை (Doppelgänger) என்னும் உருவகத்தைக் கலையாக மாற்றிய தாஸ்தாவ்ஸ்கியிடமா? இரண்டாயிரமாண்டு தமிழ்மரபில் காலூன்றி ஆவேசமாய் எழுந்து நிற்கும் அடுத்த தலைமுறைப் படைப்பாளியிடமா?

எனில், முடிவற்ற காலவெளியில் போய்க்கொண்டேயிருக்கும் அஸ்வத்தாமா வின் அம்பு தானா அது?

நகைக்கிறது காலம்; உதிர்கின்றன அதன் செதில்கள்.

இந்தப் பக்கங்களை எழுதியவன் நானா அல்லது கௌதம சித்தார்த்தனா என்று தெரியவில்லை; ஜூலியோ கொர்த்தஸாரின் நாயகன் ஆக்ஸலோடில் என்னும் மீனாக மாறி ஆக்வேரியத்திற்குள் போனதும், ஆக்ஸலோடில் நாயகனாக மாறி வீட்டிற்கு வந்து சேர்ந்ததும் நான் அறிவேன். அப்படி ஏதாவது கூட நிகழ்ந்திருக்கலாம். அதனால்,

அவனது பெயரிலேயே கையெழுத்திடுகிறேன்.

ஆனால் வேறு ஒரு நிலப்பகுதியிலிருந்தும், வேறு ஒரு காலச் சுழியிலிருந்தும்...

கௌதம சித்தார்த்தன்

சென்னை

17.09.2014

தளம்: 1

இலக்கியத்தில் கலையம்சம் என்பது
ஜீவத்துடிதுடிப்பில்தான் இருக்கிறது..

- புதுமைப்பித்தன்

சாபம்

நாய்க்கருக்கு இந்த ஒரு வாரமாகவே எந்த கிராக்கியும் வந்து அகப்படவில்லை. ஜனங்கள் எல்லோரும் ஆரோக்கியமாக சவுக்கியமாக இருக்கிறார்களா என்ன...?

காலையில் சாப்பிட்டது எதுக்களித்து வந்து தொண்டையில் கசப்புக் கட்டியது. முகஞ்சுளித்தவாறே எச்சில் கூட்டி விழுங்கி உள்ளே திணித்தார். இளவட்டங்களுக்கே பற்களைக் கிட்டிக்கும் இந்தக் குளிர்காலத்தில் பானைத் தண்ணீராய் சில்லிட்டுப் போன கம்மங் கஞ்சியைக் கரைத்து ஊத்தும் போது முகம் கோணாமல் குடிக்க வேண்டும். சுண்டினால் ருத்ரதாண்டவமாடிவிடுவாள் மருமகள். 'கிழவி இருந்தால் இம்மாதிரி அவஸ்தைப்பட நேருமா...' உள்ளூர பொருமிக் கொண்டே தொண்டைக் குழிக்குக் கீழிறங்க மறுக்கும் கஞ்சியை, பச்சை மிளகாய்த் துணையுடன் அனுப்பி வைப்பார்.

இப்படியே நாலைந்து நாட்களாகத் தொடர்ந்ததின் விளைவாக வயிற்றுக்குள் கடமுடா. இன்னும் ரெண்டு மூனு நாள் இதே ரீதியில் போனால் வயிறெடுத்தே சாக வேண்டியதுதான். கிழவி போனதிலிருந்து இத்தனை நாளாக காலை ஆகாரம் பொஜ்ஜையன் கடையில்தான். தினமும் காலையில் பொஜ்ஜையன் கடைக்குப் போவதென்பது தவிர்க்க முடியாத அம்சமாகிப் போயிருந்தது. அந்த வட்டாரத்திலேயே பொஜ்ஜையன் கடை இட்லி பிரசித்தம்

பெற்றது. எலி வளைக் கூடாரமாயிருக்கும் அவரது கடையில் தினமும் நிரம்பி வழியும் கூட்டம். கொஞ்ச நேரங்கழித்துப் போனாலும் இட்லி கிடைக்காது. அடுப்பில் வெந்து கொண்டிருக்கும் போதே முன்பதிவு செய்து விடவேண்டும். கடன் என்கிற சமாச்சாரமேயில்லை. யாருக்குக் கொடுக்க வேண்டுமோ இல்லையோ, பொஜ்ஜையனுக்காக எப்பாடுபட்டேனும் பணத்தைக் கொண்டு வந்து விடுவார்கள் சனங்கள். அதுவும் கறிநாட்களான வியாழக்கிழமையும் ஞாயிற்றுக்கிழமையும் விடியுமுன்பே வந்து அடுப்பின் முன் உட்கார்ந்து கூதல் காய்ந்து கொண்டிருப்பார்கள் கறிக்குழம்பு சாப்பிட. இலையை யாரும் மதிப்பதில்லை. இருக்கிற நாலஞ்சு ஈயத்தட்டுகளுக்குத்தான் குடுமிபிடி. இஷ்டத்திற்கு வாங்கும் குழம்பை கீழே வழியவிடாமல் குடிக்க வேண்டாமோ? இட்லியைப் பிட்டுச் சுற்றிலும் அணைகட்டி நடுவில் கறிக்குழம்பும் தேங்காய்ச் சட்னியும் விட்டு பிட்டுப்பிட்டு தொட்டுத்தொட்டு வாயில் போட்டு... ப்ச்சோ... தேவாமிர்தம்தான்... வேண்டாம், பொஜ்ஜையன் கடை இட்டிலியே போதும்.

நாளைக்கு வியாழக்கிழமை.

வெளித்திண்ணையில் தலைக்குத் துண்டை சாய்மானமாக வைத்துப் படுத்திருந்த நாய்க்கருக்கு இருப்புக் கொள்ளவில்லை.

சுற்று வட்டார சனங்களை அண்டியிருக்கும் பயங்கரக்காத்து, கறுப்பு, பில்லி சூனியத்திலிருந்து சாதாரண காய்ச்சல், தலைவலி, கைகால் குடைச்சல்வரை சகலத்தையும் நிவர்த்தி செய்து கொடுப்பார். கல்குறி பார்த்து அவர்களது வாழ்வியல் சிக்கல்களை சிடுக்கு எடுப்பதில் வல்லவர். பட்ஜெட்டுக்குத் தகுந்தாற்போல் திருநீர் மந்திரித்துக் கொடுப்பார். தாயத்துக் கட்டுவார். சக்கரம் எழுதிக் கொடுப்பார். இன்னும் பல சித்துவேலைகள்.

ஒரு நாலணா சம்பாதிப்பதற்கு எத்தனை தகிடுதத்தம் செய்ய வேண்டியிருக்கிறது. குறி பார்ப்பதற்கு முன்பு வாடிக்கையாளர்களிடம், தன் அசகாய சூரத்தனத்தைப் பொருந்தச்சொல்லி தன் மீது அபரிமிதமான பிரமிப்பை ஏற்படுத்தி திறந்த வாய் மூடாமல் அவர்கள் நிற்கும்போது, வேலையை ஆரம்பிக்க வேண்டும். பார்ட்டி தெரிந்தவனா யிருந்தால் சேமநலம் விசாரிக்கவேண்டும். நாசூக்காக

விருந்தோம்பலுக்கு அழைப்பது போல் போக்குக் காட்டிக் கழட்டி விட வேண்டும். தெரியாதவனாயிருந்தால் அவனுக்கு ஒண்ணு விட்ட சித்தப்பனோ பெரியப்பனோ அடிக் கடி வந்து குறி பார்த்துப் போயிருப்பதாக கதைக்க வேண்டும். பார்ட்டி பசை உள்ளதா அன்னாடங்காய்ச்சியா என நோட்டம் விட்டுக் கொண்டு மெல்லத் தூண்டில் போடவேண்டும். தூண்டிலுக்கு மாட்டாத மீனும் உண்டோ? உண்டு. அதுகளுடன் பேரம் பேசவேண்டும். வழுக்கிக் கொண்டு போனால் தவணை முறையை அமல்படுத்த வேண்டும். முகத்தில் தரித்திரம் தெரிந்தால், ஒண்ணேகால் ரூபாய். கடேசியில் நாலணா.

முன்பெல்லாம், ஒவ்வொரு நாளைக்கு, பணம் கோவணத் துணியைப் பிய்த்துக் கொண்டு கொட்டும். (வாடிக்கையாளர்கள் அங்குதான் முடிந்து வைத்திருப்பார்கள்) அந்த நாளிலெல்லாம் நாய்க்கருக்கு தன் உருவம் ஆகாசத்துக்கும் பூமிக்கும் விசுவரூபம் எடுத்து நின்றிருப்பதைப் போன்ற பிரமையுடன் கால் மண்ணில் பாவாமல் இறுமாந்து நடப்பார். சாமிக்கு ஒரு ரூபாயைத் துணியில் முடிந்து விட்டத்தில் கட்டி விடுவார். நமுட்டுச் சிரிப்புடன் தன்னைச் சுற்றிக் குழையும் மகனுக்கு ஒரு ரூபாய், பேரன்களுக்கு பொஜ்ஜையன் கடை இட்லி, கூத்தாடும் மனசுக்கு மேலும் உற்சாகமூட்ட சாராயக்கடை, அங்கு எவனாவது நாய்க்கருக்கு வெண்ணை வைத்தால் அவனுக்கு, வீடு திரும்புகையில் கிழவிக்கு வெற்றிலை பாக்கு புகையிலை... என்று தாம் தூம் போட்டு விடுவார்.

அந்தக் காலம் வெகுநாள் நீடிக்கவில்லை. ஊரில் திடீரென்று இன்னொருவர் முளைத்தார். இருவருக்கும் ஏற்பட்ட போட்டா போட்டியில் அவர் இமயமலைச்சாரலில் கடுந்தவம் யாற்றிக் கொண்டிருந்த ஒரு ரிஷியை அழைத்து வந்து கண்காட்சி ஒன்று நடத்தினார். விளம்பர அடிப்படையில் தானே உலகமே இயங்கிக் கொண்டிருக்கிறது, வந்த சனங்கள் அந்த ரிஷியுடைய தலையில் மூன்றடி உயரத்திற்கு பைசா நகரத்துச் சாய்ந்த கோபுரமாய் சற்றே ஒருக்கழித்து நின்றிருந்த சிக்குப் பிடித்த ஜடாமுடியைப் பார்த்து பரவசப்பட்டுக் கன்னத்தில் போட்டுக் கொண்டனர். அவர் கஞ்சா அடிக்கும் லாவகத்தை வியந்தும், அந்தப் புகையை தாங்கள் உறிஞ்சியும் ஜென்ம சாபல்யம் அடைந்தனர். அந்த ரிஷீஸ்வரனின் பரம சிஷீஸ்வரன் என்று தன்னை அறிமுகப் படுத்திக்கொண்டு அருள் பாலிக்கத் தொடங்கினார் புதியவர். ஜனங்கள்

புல்லரித்துப் போய் அவர் இருந்த திக்கில் நடையைக் கட்டினர். அன்றிலிருந்து நாய்க்கருக்குப் பலத்த அடி. தமக்கு நேர்ந்த இழப்பை ஈடுகட்ட இவரும் ஒரு இமய மலைச்சாரல் ரிஷியை அழைத்து வந்து கண்காட்சி நடத்தத் துடித்தார். துரதிர்ஷ்டவசமாக இமயமலைச் சாரலில் அவரைத் தவிர யாரும் கடுந்தவம் யாற்றவில்லை என்று தெரியவந்தது.

என்ன செய்ய...?

விதியின் ஊழ்ப் பயனை நொந்து கொண்டு சொல்லாமலேயே போய் விட்ட காலத்தை திண்ணையில் படுத்துக்கொண்டு மோட்டு வளையில் தேடிக் கொண்டிருப்பார்.

இன்றும் வழக்கம் போலத்தான்...

வெளியில் அசைந்த ஆளரவம், அவரது தேடலைக் கலைத்து எட்டிப் பார்க்கச் செய்தது. "தாத்தா தாத்தா..." என்று குதித்துக் கொண்டு வந்தான் பேரன், கூடவே ஒரு ஆள்.

கிராக்கியோ...?

காது மடல் சட்டென விரிந்தது.

"தாத்தா... இந்தாளு கல்லுக்குறிக்காரர் வீடு எதுன்னு கேட்டிச்சி... அதா கூட்டியாந்தேன்..."

நாய்க்கர் சடக் கென்று எழுந்து உட்கார்ந்தார். அந்த ஆள் நாய்க்கரைத் தலையிலிருந்து கால்வரை ஒரு பார்வை விட்டு உதட்டைப் பிதுக்கினான்.

"ஐயே... இவுரில்லே... அவுரு குடுமியெல்லாம் வெச்சிருப்பாரே"

தானும் இனிமேல் குடுமி வளர்ப்பது என்று அந்தக் கணத்தில் சபதம் எடுத்துக் கொண்டார் நாய்க்கர்.

"யோவ்... அந்தாளு ஊருக்குப் போயிருச்சி... அந்தாளைவிட எங்கு தாத்தன் பெரிய சித்து வேலையெல்லாம் பண்ணும் தெரிமா..." பேரன் சிபாரிசு செய்தான்.

"டேய், கம்னு இர்ரா..." என்று பேரனை அமர்த்தி, "வாங்க... உக்காருங்க... என்ன குடுமிக்காரு கிட்டே வந்தீங்களா... அடடே அவர் ஊருக்குப் போயிட்டாரே... வர நாலஞ்சி

நாளாவுமே...” வாஸ்தவமாகப் பேசுகிறாற்போல பேசினார். போய்விடக்கூடாது என்று தம் இஷ்ட தெய்வங்களையெல்லாம் வேண்டிக் கொண்டார். அந்த ஆள் மேற்கொண்டு என்ன செய்வதென்று தெரியாமல் முழித்துக் கொண்டிருக்கும்போது, நாய்க்கர் மெல்லத் தூண்டிலை வீசினார்.

“ஏங்க, என்ன விசயம்...?”

“ஒண்ணில்லீங்க... இந்தக் கால்ல சேத்துப் புண்ணு மாதிரி வந்து நாலஞ்சி மாசம் ஆச்சி... நானு என்னென்னமோ பண்ணிப் பாத்துட்டேன்... புண்ணு ஆறமாட்டேங்குது...”

காலைத் திண்ணைமேல் தூக்கி வைத்துக் காட்டினான்.

முடிகயிறு கட்டியிருந்த பாதத்தின் மேல் பகுதியில் புழுதியும் தூசியும் அப்பியிருக்க புண் பாளம் பாளமாய் வெடித்திருந்தது. கொள கொள வாயிலிருந்து சுனை வடிந்து கொண்டிருந்தது. சுவாரசியமாய் குடைந்து கொண்டிருந்த ஈக்களை இரண்டு கைகளையும் பதுக்கிக்கொண்டு போய் அடித்துச் சிதைத்தான் அவன்.

“த்சோ... அடஇதுதானா... இந்த ஒரு வாரத்துக்கு முந்தி பாருங்க... உங்களது கூடப் பரவால்லே, இந்தக்கை மூட்டெலும்பு தெரியுது.. கட்டை வெரலை உள்ளே உடலாம் மாதிரி குழி, கையை அப்படி இப்படி ஆட்ட முடியலே. வலியிலே ஒரேயடியா கத்தறா... இங்க வந்து ஒரு தாயத்து கட்டி தின்னீர் மந்திரிச்சிட்டுப் போனவந்தா... நேத்தைக்குத்தான் வந்தா... அடேங்கப்பா அதையேங்கேக்கறே, குழியெல்லாம் நம்பி சதைமூடி தோல் கட்ட ஆரம்பிச்சிருச்சி... கையை நல்லா ஜம்னு வீசிட்டு... வந்து எங்கையைப் புடிச்சிட்டு, ‘நாய்க்கரே நீங்க இதை வாங்கிக்க வேணும்னு’ பணத்தைக் கையில திணிக்கிறா.. நான் வேண்டாம்னுட்டே. மொத காணிக்கை வாங்கீட்டம்னா மறுபடியும் கை நீட்டி காசு வாங்கினா கை அழுகிப் போயிரும். எங்க வாக்கு அப்பேர்ப்பட்டது... அது மாதிரி இதெல்லாம் என்ன தம்பி, தூசுக்குச் சமானம்...” தனது வீரதீரப்பிரதாபத்தை அவிழ்த்து விட்டார் நாய்க்கர்.

பேச்சு சுவாரசியத்தில் ஆள் திக்குமுக்காடிப்போய் அப்படியே உட்கார்ந்து கொண்டான். பயலை வளைத்த பெருமிதப் புன்னகை முகத்தில் இழையோட நாய்க்கர்,

“ஆமா ஏதாச்சி டாக்ட்டரைக்கீது பாத்தீங்களா...?”

“நானு எத்தனையோ டாக்ட்டரைப் பாத்துட்டேங்க..” என்று புலம்பியவாறே, மந்திரவாதிகள், மூலிகைகள், மருத்துவர்கள் என்று நீட்டிக் கொண்டே போனான்.

“அதெப்படி நல்லா ஆவும்? உங்களுக்கு வேண்டாதவங்க செய் வினை செஞ்சிருந்தா..?” அவன் மனதில் பயத்தைக் காட்டினார். கப்பென்று பிடித்துக் கொண்டது.

“அப்படியிருக்குமுங்களா..?” கலவரத்தோடு கேட்டான்.

“கேட்டுப் பாத்துட்டாப் போவுது...” என்றவர் பேரனைச் சைகை செய்தார். பேரன் ஒரே எட்டில் அட்டாழியில் வைத்திருந்த கசங்கிப்போன ஒரு சுருக்குப்பையைக் கொண்டு வந்து கொடுத்தான்.

நாய்க்கர் அதை வாங்கிப் பிரித்தார். சின்னதும் பெரியதுமாக கையடக்கமான எட்டுக் கற்கள் விழுந்தன.

“இதைப் பாருங்க தம்பி... இந்த எட்டுக்கல்லுல ஏதோ ஒண்ணைக் குறிச்சிக்கங்க...” என்று கற்களைப் பரப்பிவைத்து “இதபாரு தம்பி, இது வெள்ளையாருக்குது, இது கருப்பாயிருக்குது, இது செவையேன்னிருக்குது.. ஏதோ ஒண்ணை மனசிலே குறிச்சிக்கங்க. குறிச்சிட்டிங்களா? ஆ... இப்பக் காட்டாதீங்க... நா கேக்கறப்ப காட்டுனாப் போதும்...” கற்களை எடுத்துக் குலுக்கி ஒவ்வொன்றாய் சதுரமாக வீடு கட்டி வரிசையாக வைத்தார்.

“ம்.. இப்பக் காட்டு தம்பி...”

அவன் காட்டினான்.

“விசாலம்...ம்”

மனதுக்குள் ஏதோ கணக்குப் போட்டுக் கொண்டு அதைக் கலைத்து, மறுபடியும் அதேபோல கட்டி, காட்டச் சொன்னார்.

“சனி... ஆ, செரியாப் போச்சப்பா... யாரோ செய்வினைதான் செய்றாங்க...”

அவன் முகத்தில் திகிலை விதைத்து, “செரி எந்த

செய்வினை சித்து வேலை எதுவாயிருந்தாலும் நம்ம வீட்டு வாசலைக் கூட வந்து மிதிக்கக்கூடாது. அந்தக் காட்டு முனியப்பம் பாதத்திலேதாம் போயி சரணடைய வேணும்... செரி நம்ம குருவ்பொம்மன நெனச்சி ஒரு தாயத்து கட்டுனா செரியாப் போயிருமா பாருங்க...” என்று கற்களைக் குலுக்கி அதே மாதிரி செய்ய ஆரம்பித்தார்.

அவன் காட்டினான்.

“ம். வெள்ளி... துள்ளீட்டு அடிக்கும்...” என்று உவமை நவிற்சியுடன் சொல்லிவிட்டு மறுபடியும் அதேபோல் செய்ய,

அவன் காட்ட,

“சனி, ம்...வழியுட்டுக் கட்டிடுச்சே... பெரியாளாத்தா இருப்பானாட்டிருக்குதே... எத்தனை பெரிய ஆளாக இருந்தாரும் செரி... நம்ப செங்கமாமுனியப்பன் சுட்டுச் சாம்பலாக்கவேணும்... எத்தனை தப்பிருந்தாலும் கட்டிப் போடலாம்... நம்பளப் புடிச்சிருக்கிற சனி வெலகுமா வெலகாதா பாருங்க...”

இந்த முறை புதன் வந்தது.

“ம்... பொன்னுக்கெடைச்சாலும் பொதங்கெடைக்காது... செரி எத்தனை தப்பிருந்தாலும் கட்டிப்போடலாம்... என்ன தம்பி..?”

“ம் செரிங்க...” சுரத்தில்லாமல் பதில் வந்தது.

“அப்படி கட்டிப்போட்டா நம்ப ஒடம்புக்கு சௌரியமாப் போய்ருமா பாரு... சாமி, கேத்தவ்வா...”

இப்பொழுது வெள்ளி.

“பாரு நாந்தா சொன்னனே... எல்லா செரியாப்போயிரு... என்ன தம்பி தாயத்து கட்டியுடறேன். தின்னீர் மந்திரிச்சுக் குடுக்கறேன்... வாங்கீட்டுப்போ. இதெல்லாம் என்ன... ஒரு வாரத்திலே செரியாப் போயிரும். நீ மொதல்லியே நம்ம கிட்ட வந்திருக்க வேணும். ஒண்ணும் கவலைப்படாதே... இந்த மாதிரிதா நம்ப வளைக்காரபாளயந் தெரியுமா?”

அவன் தலையாட்டினான்.

அப்பொழுதுதான் ஞாபகம் வந்தவராய், “ஆமா, நமக்கு எந்த ஊருப்பா?”

“சின்னியம்பாளையம்”

“ஓ... அந்த ஓடத்தொறைக்குப் பக்கத்திலே... அந்த சின்னியம் பாளமா? அங்கெனக்கு எல்லாந்தெரியுமே... அங்க ஆரு மவன் நீ?”

“அய்யம்பெருமாக் கவண்டர்...” நாய்க்கர் முழிக்கவே, தொடர்ந்து, “கோட்டையன்’ ன்னு கூப்புடுவாங்க...”

நாய்க்கர் கண்களை அகல விரித்துக்கொண்டு,

“ஓ... கோட்டைய? நீ அவம்மவனா...? மாட்டுக்கு முடிகவுரு திரிச்சிட்டு வந்து சந்தைசந்தைக்கும் விப்பானே.. நல்லா கருகருன்னு, அடப்பாவி உங்கப்பனு நானு எத்தனை சுத்தியிருக்கிறோம், என்ன கணக்கு...”

இருவரும் சந்தைக் கடையில் ஒரே இலையில் இட்லி சாப்பிட்டதிலிருந்து (இலை தீர்ந்து போச்சாம்) சந்தையில் மாடு வாங்கினால் அவனது தளைக்கயிறுதான் வாங்கிக் கட்டிக் கொள்ளும் வழக்கம்வரை நினைவு கூர்ந்து சிநேகிதத்தை புதுப்பித்தார்.

“ஆமா, அய்யால்லா சௌக்கியமா?”

“இல்லீங்க...செத்துப்போயி ரண்டு வரசமாச்சி...”

சங்கடத்துடன் பல்லைக் காட்டினான் அவன்.

“த்சோத்சோ... அடடா... ம், உசுரோடிருந்தா மாசத்திக்கி ஒரு தடவையாவது வந்து கல்லுக்குறி பாத்துட்டுப் போவான்... ம், படுத்து கிடுத்திருந்தானா தம்பி?”

“ம். ஆமாங்க... அப்ற, இதெல்லாம் பண்றதுக்கு எவ்ளவ்ங்க...?”

இறந்தகாலத்தை ஒதுக்கி நிகழுக்கு வந்தார் நாய்க்கர்.

“ம்... என்ன எல்லோருக்கும் தாயத்து கட்டினா பத்து பதனஞ்சின்னு வாங்குவே... நீ வந்து தெரிஞ்சவன் வேற ஆயிட்டே... ஆறே கால் ரூவா குடுத்துடு தம்பி...”

“ஐயோ, இதென்ன இவ்ளவ் கேக்கறீங்க... அந்தக் குடுமிக்கார்ரு ஒண்ணேகால் ரூவாதாங் கேப்பாராமா... அவ்ளவ்தாங் கொண்டாந்தேன்...”

“அதுவெறும் தின்னீர் மந்திரிக்கத்தான் தம்பி... தாயத்து கட்டறதுக்குத் தனியா அஞ்சிரூவா...”

“எல்லாத்துக்கும் அவ்ளவ்தானாமா... நீங்க என்ன இப்படிக் கேக்கறீங்க...” முகத்தைச் சுளித்தான்.

எவ்வளவோ கசக்கிப் பார்த்தும் ஆள் மசிவதாய் இல்லை.

“செரி, கொண்டாந்திருக்கறதைக் குடு... மீதியை மறுபடியும் வந்தியன்னாக் குடுத்துரு...”

தவணைமுறையைப் பிரயோகித்தார்.

“அதெப்பிடிங்க, சொல்லிட்டா அப்பற கொண்டாந்து குடுத்தற வேணுமில்லே... அதூ... அவ்வளவெல்லா இல்லீங்க...”

நாய்க்கருக்குச் சீய் என்றாகி விட்டது.

“செரி ரண்டேகால்ரூவா குடுத்துரு போ... அதூ உனக்குத்தான்...” எரிச்சலுடன் எழுந்தார். அவனும் அரை மனதுடன்.

நாய்க்கர் பேரனுக்கு சாடை காட்ட, பையன் ஒரே எட்டில் அம்மாவிடம் போய் அடுப்புச் சாம்பலை முறத்தில் வாங்கி வந்து கொடுத்தான். ‘சலிக்காமலேயே குடுத்திருக்கிறா சண்டாளி’ எரிச்சல் பற்றியெறிய, கரித்தூசுகளை சலித்து ஒதுக்கி மடிப்பையில் இருப்பு வைத்திருந்த தாயத்து ஒன்றை எடுத்து திருநீறில் போட்டு குமியாகக் குமித்தார்.

“காணிக்கை ஓர்ரூவா போடு தம்பி...”

அவன் வேட்டி மடியை அவிழ்த்துத் துழாவி, “அஞ்சுரூவா நோட்டாத்தா இருக்குதுங்க...” என்று திருட்டு முழி முழித்தான்.

‘அடேக் கொம்பா... எல்லா விடாக்கண்டனுக்கு கொடாக் கண்டனுக’

ஐந்து நிமிசத்தில் பிரச்சனைக்கு தீர்வு கண்டான் பேரன். மானசீகமாக மெச்சிக் கொண்டார் நாய்க்கர். காணிக்கையை

திருநீற்றுக் குவியலின் மீது வைத்து திருநீறை விரலில் எடுத்து கசக்கி விட்டுக் கொண்டே மந்திரோச்சாடனம் செய்ய ஆரம் பித்தார். பிறகு தாயத்தை எடுத்து அவன் காலில் கட்டினார். திருநீறைக் கால்ப் புண் மீது போட்டார்.

“இந்தா, இதை வாயில போடு பார்க்கலாம்...”

போட்டான்.

“என்ன கசக்குதா?”

“ஆமாங்க...”

“ம், செய்வினை வெச்சவன் பெரிய கில்லாடிதான்... செரி இதை நெத்தியில இட்டுட்டு தலையில போட்டுக்கோ...”

இட்டு, போட்டான்.

மூன்று பிடி திருநீறை எடுத்து காகிதத்தில் பொட்டலமாய்க் கட்டி அவனிடம் கொடுத்து “பாருதம்பி... ராத்திரி படுக்கறப்ப இதை நெத்தியில வெச்சுக்கோ, நீ படுக்கற கட்டல்ல மூணு காலுக்குப் போட்டு தலை மாட்டிலிருக்கிற ஒரு காலுக்கு போடாம உட்டுரு... இப்படியே மூணு நாள் வெச்சிட்டு வா... மீதியை வெள்ளைத் துணியில முடிஞ்சு விட்டத்திலே கட்டிப்போடு... இதல்லா என்ன பண்ணீரும்? எந்த செய்வெனை, தாண்டுக் கொணம் எதுவாயிருந்தாலும் நம்ம கிட்ட வந்து பொங்கு தொலைக்காது...”

தலையாட்டினான்.

“செரி எந்திரிங்க... போயி ‘தண்டம்’ போட்டு வரலாம்...” காணிக்கையை மடியில் பத்திரப் படுத்தி திருநீர் முறத்தை சட்டத்தில் சொருகி விட்டு பொடக்காலிப் பக்கம் நடந்தார். அவன் பின் தொடர, பேரனும்.

நோய்க்காக மந்திரிக்கும் சடங்கான தண்டத்தில் பயன்படுத்தும் கையடக்கமான கருங்கல்லை பேரன் எடுத்து வைத்தான்.

“அந்த கருங்கல்லிலே காணிக்கை ஒண்ணே கால்ரூவா வெச்சிருங்க...”

வைத்தான்.

"துண்டை இடுப்பில கட்டீட்டு அப்பிடி நேரா அங்கே போயி நில்லுங்க..."

நின்றான்.

அதற்குள் மோப்பம் பிடித்துக் கொண்ட மற்ற பேரன்கள் ஓடிவந்து 'காணிக்கை' முன்னால் அணிவகுத்து நின்றனர். நாய்க்கருக்கு வயிற்றைக் கலக்கியது. பயம், கவலை, கோபம் போன்ற மேகங்கள் முகத்தில் சூழ்ந்து கொண்டன. படபடப்பாய் மந்திரோச்சாடனம் செய்ய ஆரம்பித்தார்.

"ம் ஷ்ஸ்ஸாமி... சீரங்கான உண்டே ரங்கநாதா... மனி ஏடு பதனாலுகு இச்சினி வாக்கு நீதம்கே உண்டித்தே... நேடு பேய் பிசாசு பில்லி சூனியம் முனி ராக்காஸி ஏமிகி உண்டுனாலு செரி. ஓடான செய்வென சேசின்டுனாலு செரி. முப்பயி மூடு பொத்துலுக்குள்ள சொப்பக்குட்டக்கா பாரால. நேடு மனய்யி கண்ணெத்தி சூடால... கட்டெத்தி ஏலாள... சாமீய் குருவ்பொம்மா... ம், உளுந்து கும்புடுங்க..."

விழுந்து தண்டனிட்டான்.

"ம், இப்ப ஒரு எட்டு முன்னாடி வந்து நில்லுங்க..."

அவன் ஒரு அடி முன்னால் வந்ததும் அணி வகுத்திருந்த பேரர் படையும் ஒரு எட்டு முன்னால் வந்து நின்றது. நாய்க்கருக்கு அடி வயிற்றில் பந்து சுருண்டு கொண்டது. மறுபடியும் மந்திரம்... வாய்தான் இயங்கியதே தவிர ஐம்புலன்களும் காணிக்கை நோக்கிய இலக்காயிருந்தன.

'எத்தன கரணம் போட்டு ரண்டு காசு சம்பாதிச்சா, பசுக்குனு புடுங்கீட்டுப் போயிருவாங்களாட்டிருக்கே... திருட்டுப் பசங்க'

"உளுந்து கும்புடுங்க..."

விழுந்து தண்டனிட்டான்.

"இப்ப இன்னொரு எட்டு முன்னாடி வந்து நில்லுங்க"

நின்றான்.

அணிவகுப்பு இந்த முறை இரண்டடி முன்னால் வந்து காணிக்கைக்குப் பக்கத்தில் நின்று கொண்டது. நாய்க்கர்

அவசர மாக ஓடி வந்து அவர்களை வழி மறித்து நின்று கொண்டே மந்திரம் சொல்ல ஆரம்பித்தார்.

இதுதான் கடைசி எட்டு.

இருதயம் படபடவென்று அடித்துக் கொண்டது.

படை பந்தயத்திற்கு தயாராக ஒரு அடியை முன்னாலும் ஒரு அடியைப் பின்னாலும் ஊன்றி பதுங்கி காது மடலை விரித்து உன்னிப்பாகக் கேட்டுக் கொண்டிருந்தது.

நாய்க்கர் தன்னை வாகாக தயார் படுத்திக் கொண்டு,

“உளுந்து கும்பிடு...” என்றார்.

அவன் விழுந்து தண்டனிட்டு எழுந்து பார்த்த போது, நாய்க்கரும் படைகளும் மண்ணில் புரண்டு கொண்டிருந்தன.

ஓரிரு நிமிடங்களில் நாய்க்கர் ஜெயித்து விட்ட களிப்போடு பெருமிதமான புன்னகையுடன் தோளைக் குலுக்கிக் கொண்டு வந்தார். தோல்வியைத் தழுவிய படைகள் தலையைத் தொங்கப் போட்டுக் கொண்டு ஏமாற்றத்துடன் சிதறின.

“செரி போயிட்டு வா தம்பி... ஒரு வாரத்திலே செரியாப் போயிரும் போ” என்று சொல்லி விட்டு வீட்டுக்கு நடை போட்டார். ‘தாத்தா தாத்தா’ என்று பின்னால் தொங்கிக் கொண்டு வந்த படையை விரட்டியடித்தார். படை ‘வெவ்வே’ காட்டி பின் வாங்கிக் கொண்டது. இதுவரை அலுவல்களைச் சுறுசுறுப்பாக செவ்வனே செய்து தனக்குப் படியளந்த மூத்த பேரனை முதுகில் வாஞ்சையுடன் தடவிக் கொடுத்து நாலணா கொடுத்தனுப்பினார். உள்ளங்கையில் சிக்கி அமுங்கிப் போன ஒரு ரூபாய் நோட்டின் ஒடுக்குகளை எடுத்து விட்டு மடிப்பையில் பத்திரப் படுத்தினார். இருதயம் முழுவதும் ஒரு குறுகுறுப்பு விம்மி வழிந்தது.

வெளியே வாசலில் நிழலாடியது.

‘இன்னொரு கிராக்கியோ...?’

மகிழ்ச்சி பீறிட்டடிக்க சடக்கென்று எழுந்து பார்த்தார்.

அதே ஆள் தான்.

‘ஏதாவது மறந்திட்டுப் போயிட்டானா என்ன?’

“என்ன தம்பி ஏதாச்சும் மறந்துட்டுப் போயிட்டியா?”

“இல்லீங்க...” தயங்கியவன், “இந்தாங்க தின்னீரு... எனக்கு வேண்டாங்க... நான் இன்னி நாலஞ்சி நாள் கழிச்சி அந்த குடுமிக்கார்ரு கிட்டயே போயிக் கட்டிக்கிறேங்க... பணத்தைக் குடுத்துருங்க...”

அடி பிடறியில் விழுந்தது நாய்க்கருக்கு. இருதயத்தின் சுருதி ஒரு கணம் நின்று போனது. மண்டையில் அரவம் கொத்திக் கொத்திப் பிடுங்கியது.

“என்ன வெளையாட்றியா... அதெல்லா இனி வராது... அதெல்லா திருப்பதி உண்டியல்லே போட்டாச்சு...” எரிச்சல் முகமெங்கும் கடுகடுப்பேற்றியது.

“அதென்ன பண்ணுவீங்களோ... எனக்கு வேண்டாங்க... எம்பணத்தைக் குடுத்துருங்க... நான் போறேன்...”

“தம்பி.. உங்கண்ணைக் கட்டியா நாம் புடுங்கீட்டே... காசு காசுங்கறே... தாயித்து கட்டினதுக்கு தின்னீரு மந்திரிச்சதுக்குத் தான காணிக்கை குடுத்தே... இதென்ன வெளையாட்டுப் பையனாட்டம்...”

“அதானுங்க... இந்தாங்க தின்னீரும் நீங்க கட்டுன தாயித்தும்... எனக்கு பணத்தையே குடுத்துருங்க..”

நாய்க்கருக்கு தலை பட்டென வெடித்துச் சிதறியது.

“டேய் பணந்தாண்டா, வாங்கீட்டுப்போடா... குடுத்த காசைக் கை நீட்டித் திருப்பி வாங்கினா என்னாவுந் தெரியுமில்லே... நாங்க எங்க தெய்வத்தை நெனச்சி சாபம் குடுத்திட்டம்னா கால் எலும்பு வரைக்கும் தின்னு சீப்புடிச்சி அழுகிப் போயிருவே... குடுத்திட்டானமா லச்சரூவா... மசுரு ரண்டு ரூவா காசுக்கு...” நரசிம்மாவதாரம் எடுத்து அவனைக் கந்தல் கந்தலாய் கிழித்தெறிந்தார்.

அவன் பயந்து போனவனாய் பேசாமல் திரும்பி காலை விந்தி விந்தி நடந்து போனான்.

நாய்க்கருக்கு மார்பு படபடவென்று அடித்துக் கொண்டது.

கொஞ்சம் ஆசுவாசப்படுத்திக் கொண்டார். தங்களை யாரும் கவனித்தார்களா என்று சுற்று முற்றும் பார்த்து சமாதானப் படுத்திக் கொண்டார். தனக்குள் புகைந்த புஸ்....புஸ் என்னும் பாம்பின் இரைச்சலைத் தணித்து நினைவுகளை ஒருநிலைப் படுத்தினார். தன்னிடம் இரண்டு ரூபாய் இருக்கிறது என்ற சந்தோஷம் அவருள் ஊடுருவ, முகத்தில் சந்தோசம் பொங்கியது.

(ஜனவரி 1984)

கட்டில்

இந்த மழைக்காலத்தில் படுப்பதென்பது ஒரு பெரிய பிரச்சனையாகப் போய்விட்டது ரங்கசாமிக்கு.

ஈரம் தட்டிப்போன மண் தரையில் கைகால்கள் குளிரில் நடுங்கியபடி ஜுரம் கண்டவன் போல் முனகிக் கொண்டு சப்த நாடியும் சுருண்டு போய், விரித்துப் போட்ட 'கந்தல் துணிப் படுக்கை' மீது முடங்கிக் கிடப்பான். சாமத்திற்கு ஒண்ணுக்குப் போக எழும்போது இரவு மிச்சம் வைத்த பீடியைப் பற்ற வைத்து ரெண்டு இழு இழுத்து சில்லிட்டுப் போன திரேகத்தைக் கொஞ்சம் வெது வெதுப்பூட்டிய பிறகு படுப்பான்.

இந்த ஒரு வாரமாகவே கொட்டிய மழை, பெரிய பெரிய காரை வீடுகளின் தரையையே பதம் பார்க்கும்போது இவனுடைய ஓட்டைக் குடிசையை மட்டும் விட்டு வைக்குமா என்ன...?

ஆனால் இவன் மனைவி எப்படித்தான் தூங்கிப் போகிறாளோ... படுத்த உடனே கர்...புர் ரென்ற குறட்டை எழும்பும். ஆசையாக ஒரு வார்த்தை பேசலாம் என்று பக்கத்தில் போனால் கழுத்தோரங்களில் கவுச்ச நாத்தமடிக்கும். குளிப்பதேயில்லை. குளிக்கத்தான் நேரமேது.

காலையில் பொழுது விடியுமுன்பே எழுந்து தூக்காணியில்

கஞ்சித்தண்ணியை ஊத்திக் கொண்டு போனால், பொழுது விழுந்து ஒரு நாழிகை கழிந்துதான் வீட்டிற்கு வருவாள். வேலை இல்லாத நாட்களில் வீட்டில் இருக்கும்போது மட்டுமே குளிப்பதற்கு நேரங்கிடைக்கும்.

இவள் வேலைக்குப் போய் விடுகிற நாட்களில் மதியம் வயிற்றை நிரப்ப ஏதோ ஒன்று ஆக்கி வைத்து விடுவாள் இளைய மகள். பண்ணையத்திலிருக்கும் தன் அண்ணனுக்கு சோறு எடுத்துப் போவாள். மிச்ச நேரங்களில் சேக்காளிகளுடன் மாரியம்மன் கோயில் சாவடியில் 'தெள்ளு' விளையாடிக் கொண்டிருப்பாள்.

இவர்களெல்லாம் எப்படி அந்த ஓதம் பாவிய தரையில் படுத்துத் தூங்குகிறார்கள் என்பதை நினைக்கும் போது ரங்கசாமிக்கு ஆச்சர்யமாக இருக்கும்.

முருகேசுக் கவுண்டர் வீட்டில் இரும்புக் கட்டில் இருக்கிறது. அதற்கு மேல் விரித்துப் போட இலவம் பஞ்சு மெத்தை தலையணை இருக்கிறது. தேவராஜ் வீட்டில் பிளாஸ்டிக் பெல்ட் போட்ட மடக்குக் கட்டில் இருக்கிறது. இன்னும், சுப்பு வீட்டில் சோபா கம்பெட் இருக்கிறது.

இப்படி எவனெவனுக்கோ என்னென்னவோ கட்டி லெல்லாம் இருக்கும்போது யாராவது சொந்த பந்தம் வந்தால் உபசரிக்க ஒரு சாதாரணக் கயிற்றுக்கட்டில் கூட இல்லாமல் போனதுதான் கொடுமையான விசயமாகப்பட்டது அவனுக்கு.

அட, கட்டில் கூட வேண்டாம். அதுதான் பழைய கட்டி லொன்று வீட்டிலிருக்கிறதே, அதை நெய்து படுக்க, கயிறு கூட வாங்க முடியாமல் போய் விட்டதே என்றாகி விட்டபோது, தான் இத்தனை நாளும் வாழ்ந்த வாழ்க்கை மீதே ஒரு வெறுப்பேற்பட்டுப் போய் விட்டது. போனவாரம் கயிறு வாங்கச் சந்தைக்குப் போய் கடைக்காரனிடம் வாங்கிக் கட்டிக் கொண்டு வந்தது இன்னமும் வலித்தது. அந்தக் கணமே பணத்தை அவன் முகத்தில் வீசியெறிந்து விட்டு கயிற்றை வாங்க முடியவில்லையே — அதுவும் கேவலம் கத்தாழை நார்க்கயிற்றை — என்பதை நினைக்கும்போது மிகவும் அவமானமாக இருந்தது.

அந்தக் கட்டில் ரங்கசாமியின் அப்பா காலத்தியது. அவனுக்கு அப்பா விட்டுச் சென்ற பூர்வீகச் சொத்து.

அப்பா விட்டுச் சென்ற சொத்துக்களிலேயே அதுதான் பிரயோசனமாக இத்தனை நாளும் இருந்தது. அது வீட்டின் முக்கால் பகுதியை அடைத்துக் கொண்டு அமர்ந்திருக்கும் போது ஒரு களையாக இருக்கும். அப்பா காலையில் எழுந்ததும் முதல் வேளையாக கட்டிலை குடிசை மூலையில் சார்த்தி வைத்து விடுவார். பிறகு மீண்டும் இரவானால்தான் எடுத்துப் போடுவார். ஒரு இழை அறுந்து விட்டால் கூட, உடனே பதனத்துடன் அதை சீராக்கி விட்டுத்தான் மறுவேலை பார்ப்பார். அதைக் கிடைத்ததற்கரிய ஒரு பொன் ஆபரணம் போலப் பேணிக் காத்து வந்தார்.

அவர் நோய்வாய்ப்பட்டுச் செத்துப் போனது கூட இந்தக் கட்டிலில் தான். அவர் போன பிறகு ரங்கசாமியை மட்டுமே தாங்கியது. சிலகாலம் கழித்து அவன் மனைவியையும் சேர்த்துத் தாங்கியது. பிறகு கொஞ்ச நாளில் அவன் மனைவியையும் குழந்தையையும் தாங்கியது. இப்பொழுது யாரையும் தாங்காமல் ஓய்வு பெற்று மூலையில் போய் ஒண்டிக் கொண்டது.

அம்மா நோய் பீடிக்கப்பட்டு தரையில் படுத்துக் கொண்டு அவஸ்தைப் படும்போது எப்படியும் கட்டிலை நெய்து போட வேண்டும் என்று எவ்வளவோ முயற்சி செய்து பார்த்தான். அம்மா செத்துப் போய் பல நாட்கள் ஆகியுங்கூட இன்னும் அப்படியே கிடக்கிறது.

அவனுக்கு அதிகமாக வேலையே கிடைப்பதில்லை. ஒட்டடைக்குச்சிக்கு கோவணங்கட்டி விட்டாற்போல உருவம் இருந்ததால் மட்டுமே வேலைக்கு விடத் தயங்கினார்கள் யாரும் என்று சொல்லி விட முடியாது.

ஒருமுறை குப்புசாமி நாய்க்கர் காட்டில் வேலை செய்து கொண்டிருந்தபோது,

"என்ன வேலடா பண்றே... கெஸ்சு கெஸ்சுன்ட்டு... எவன்டா இந்த நரம்பு வெட்டிப்பயனெல்லா உள்ள உட்டது..." என்று பெரிதாகச் சத்தம் போட்டு விட்டார் நாய்க்கர்.

சக வேலையாட்கள் விழுந்து விழுந்து சிரிக்கத் தொடங்கி விட்டனர். இவனுக்கு பெரிய அவமானமாகப் போய் விட்டது. கண்களில் நீர் முட்டிக் கொண்டு வந்தது.

யாரோ ஒரு வாத்தியாரின் பேச்சைக் கேட்டு பணத்திற்கு ஆசைப்பட்டு குடும்பக் கட்டுப்பாடு அறுவை சிகிச்சை செய்து கொண்டான். ஆனால் அந்தப் பணம் அவன் 'தெப்புத் தேறவே' சரியாய்ப் போயிற்று. அந்த அறுவை சிகிச்சை செய்தவன் நன்றாக சுறுசுறுப்பாக வளைந்து வேலை செய்ய முடியாது என்பது அவர்களின் அபிப்ராயம். இவனுக்கு வேலை அதிகமாக கிடைக்காமல் போனதிற்கு இதுவும் ஒரு முக்கியக் காரணமே.

இத்தனை கட்டுக் காவல்களையும் மீறி வந்து ஒருவர், அவனை வேலைக்கு அழைக்கிறாரென்றால், அது நிர்ப்பந்தமான வேலையாகவும் எந்த வேலையாளும் கிடைக்காமல் இருக்கும் பட்சத்தில் இருக்கும்.

இன்று இத்தனை கட்டுக்காவல்களையும் மீற யாருக்கும் துணிவு வரவில்லை போலும்.

வெளித்திண்ணையிலமர்ந்து பீடி இழுத்துக் கொண்டிருந்த ரங்கசாமி, வெளியே இளம் வெய்யில் சூடேறுவதைக் கண்டு இன்று எப்படியும் மழை வரும் என்று கலவரப்பட்டவனாய், இன்றைய இரவை எப்படிக் கழிப்பது என்று யோசிக்கலானான்.

இந்தக் கட்டிலிலேயே படுத்தால்...?

எழுந்து வீட்டிற்குள் சென்று 'பகீரதத் தவம்' செய்து கொண்டி ருந்த கட்டிலின் தவத்தைக் கலைத்து, தட்டி எழுப்பி மெல்ல கைத்தாங்கலாக அழைத்து வந்து வெளிவாசலில் படுக்கப் போட்டான்.

ஒரு வயதான கிழவியைப் போல பலகீனமாக இருந்தது அது. வெகு காலத்திற்கு முந்திய கயிறாதலால் இற்றுப் போய் அறுந்து நார்நாராய்த் தொங்கியது. அந்தக்காலத்திலேயே மரச்சட்டங்கள் போட்டிருக்கிறார் அப்பா. இன்னும் உறுதியாகத்தான் இருந்தன. அதன் நான்கு கால்களில், தலைமாட்டில் உள்ள வலது பக்கக்காலின் மண்டை பிளந்து போய் ஒருக்களித்தபடி சாய்ந்திருந்தது. மீதி மூன்று கால்களும் நன்றாகவே இருந்தன.

குழந்தை தொட்டிலில் படுத்துத் தூங்குவதைப் போல, நிலத்தில் இடுப்பு முட்டியபடி அந்தப்புறம் இந்தப்புறம் புரண்டு படுக்க முடியாமல் சவம் கணக்காய் ஒரு மனுஷன்

எப்படி இதில் படுப்பது, என்று மனமுடைந்து நிற்கும்போது தான் அந்த யோசனை உதயமாயிற்று.

அப்பா இந்தக் கட்டிலை நெய்தபோது கொஞ்சம் மிச்சமான கயிறு வீட்டிலிருக்கிறது. இந்தக் கட்டில் கயிறும் அவ்வளவாக இற்றுப் போய்விடவில்லை. இதைப்பிரித்து அந்தக் கயிறுடன் இணைத்து நெய்தால் கட்டில் கொஞ்சம் படுப்பதற்குத் தோதாக இருக்கும். பிறகு சாவசாகமாகப் பணம் கொஞ்சம் சேர்த்து நூல் கயிறே வாங்கிவிடலாம். நூல் கயிறு போட்டால்தான் தேகத்தை அழுந்தவும் அழுந்தாது, தலைமுறைக்கே கிடக்கும்.

உடனே செயல்படத் துவங்கினான். சிலந்திவீடுகளைக் கலைத்தெறிந்து சுத்தமாக்கினான். கயிறு தொட்டால் உதிர்ந்து விடக்கூடிய நிலையில் இருந்தது. தொங்கிக் கொண்டிருந்த கயிற்றின் முனையை உருவி எடுக்கத் தொடங்கினான். முள் மீது விழுந்த சேலையை எடுப்பது போல பதனத்துடன் பிரித்தான். அவன் கண்களுக்கு கயிறு இன்னும் உறுதியாக— கெட்டியாக — இருப்பது போல் பட்டது. 'இன்னும் அஞ்சாறு மாசத்துக்கு தாராளமா வரும்' என்று வாய் விட்டுச் சொல்லிக் கொண்டான். துண்டுக் கயிறுகள் அதிகமாக விழுந்தன. சிக்கல் விழுந்தவைகளை மூர்க்கமாக இழுத்ததால் அறுந்து விழுந்தன. கவனமாகப் பிரித்தெடுத்து முடிச்சுப் போட்டு இணைத்தான். வீட்டிற்குள் சென்று அட்டாழியில் வைத்திருந்த பழைய கயிற்றை எடுத்து வந்து இவைகளுடன் இணைத்து சுருணைகளாகச் சுற்றினான்.

மூளியாக இருந்த கட்டிலின் மண்டை பிளந்திருந்த காலை துண்டுக் கயிற்றால் இறுகச் சேர்த்துக் கட்டிச் சமன் படுத்தினான். ஒருபக்கமாக காலை இழுத்துக் கொண்டிருந்த கட்டில் இப் பொழுது நேராக நிமிர்ந்தது.

எல்லா வேலையும் செய்து முடித்தாகி விட்டது. இனி கட்டில் நெய்ய வேண்டியதுதான் பாக்கி. ரங்கசாமிக்கு கட்டில் நெய்யத் தெரியாது. நெய்வதைப் பார்த்ததுமில்லை. அவன் விளையாட்டுப் பையனாக இருக்கும்போது அப்பா நெய்திருக்கிறார். இப்படி யெல்லாம் வருமென்று முன்பே தெரிந்திருந்தால் உன்னிப்பாகப் பார்த்துக் கற்றுக் கொண்டிருந்திருக்கலாம்.

கட்டில் நெய்வதிலேயே பிரசித்தம் பெற்ற ஒருவர்

உண்டெனில் அது போத்த நாய்க்கர் என்றுதான் குறிப்பிட்டுச் சொல்ல முடியும். அந்தச் சுற்று வட்டாரத்தில் யாராக இருந்தாலும் நாய்க்கரை வந்துதான் கூட்டிப் போவார்கள். நாய்க்கரும் வேலை மெனக்கெட்டுப் போய்ப் பிரதியுபகாரம் கருதாது நெய்து கொடுப்பார். சாதாரணமாக நெய்வார். நவீனமோஸ்தரில் கட்டம் கட்டமாக வரும்படி நெய்வார். எப்படிச் சொன்னாலும் அந்தப் பிரகாரம் நெய்து கொடுப்பார்.

அவரைப் போய்க் கூட்டி வந்தாலென்ன..?

ச்சே... அவர் வந்து பார்த்து, 'இதென்ன பழங்கவுரு, இதிலெப் பட்றா பொணயறது... நம்மாலாகாது சாமி...' என்று சொல்லிப் போய்விட்டால்? பிறகு, கண்டபயல்களிடமெல்லாம் 'ஒரு கட்டக் கவுரு வாங்கக் கூட வக்கு கெட்ட பய' என்று சொல்லி மானத்தை வாங்க ஆரம்பித்து விட்டால்?

தன்னிடம் இல்லாத ஒன்றிற்காக அந்த யோசனையைக் கைகழுவினான்.

ஆமா, நாய்க்கர் பையன்?

இந்த நாலைந்து நாளுக்கு முன்னதாகக் கூட மாசன்னன் கட்டிலை நெய்தானே...

அந்த நினைப்பு அவன் மனதில் ஒரு மகிழ்ச்சியை ஏற்படுத்தியது. மனதிலிருந்த பாரம் இறங்கினாற் போல கொஞ்சம் சுகமாக இருந்தது. கட்டிலை அப்பொழுதே நெய்து முடித்துப் படுத்துத் தூங்கியதைப் போன்ற ஒரு மன நிறைவை ஏற்படுத்தியது.

அவன் கண்கள் மகளைத் தேடின. 'இந்த எளவெடுத்த புள்ளே எங்கதாம் போயித் தொலஞ்சுதோ...' என்று முணுமுணுத்துக் கொண்டே நடந்து தெருவிலிறங்கிப் பார்த்தான்.

மாரியம்மன் கோயில் சாவடியில் புழுதி பறந்து கொண்டிருந்தது. வழக்கம் போல மகள் 'தெள்ளு' விளையாடிக் கொண்டிருந்தாள். பக்கத்தில் போய் அவளைக் கூப்பிட்டு போத்த நாய்க்கர் பையனை அழைத்து வரச் சொல்லி அனுப்பினான்.

தன் விளையாட்டு தடைபட்டதை எண்ணி மனதிற்குள்

அப்பாவை சபித்தவாறே போனாள்.

கொஞ்ச நேரத்திற்குள் பையன் வந்து சேர்ந்தான். தோராயமாக ஒரு பதினேழு பதினெட்டு வயசிருக்கும். மீசை அரும்பு கட்டிக் கொண்டிருந்தது.

"என்ன மாமோவ்.. கூப்பிட்டிங்களாமா...?"

"ஆமடா சும்மாதா... ஆமா நேத்திக்குப் பொண்ணு பார்க்கப் போயிருந்தியாமில்லே...?"

எந்த மாட்டை எப்படி கறக்கணும் என்கிற பிரம்ம வித்தை தெரியாமல் போனாலும் இந்தப் பையனை இப்படித்தான் வசீகரம் செய்யமுடியும் என்பதைத் தெரிந்து வைத்திருந்தான்.

அசட்டுத்தனமாய் சிரித்தபடி நெளிந்தான் பையன்.

"என்னடா நெளியறே.. ஓம் வயசிலே நான் புள்ளயே பெத்துட்டேன்... வெக்கமென்னடா வெக்கம்... புள்ளே, நல்ல புள்ளயா?"

"ம்" பையன் இந்த லோகத்தை விட்டு வேற்று லோகத்தில் நேற்றுப் பார்த்தவளுடன் கை கோர்த்துக் கொண்டு பாட்டுப் பாடிக்கொண்டு சஞ்சாரம் செய்து கொண்டிருக்கையில், ரங்கசாமி இடையில் புகுந்தான்.

"இங்கே வா... இந்தக் கட்டிலைக் கொஞ்சம் பொணயலா"

காற்றுப்போன பலூனைப் போல பையனின் முகம் சுருங்கிப் போயிற்று. தடை பட்ட கனவை மீண்டும் தொடர உடனே வீட்டுக்குப் போய்ப் படுக்கையில் படுத்து கண்களை மூடிக் கொண்டு தூங்க வேண்டும் என்று துடித்தான் பையன்.

"எனக்கு பொணயத் தெரியாது மாமா... நாம் போயி எங்கய்யாவை அனுப்பறே..." என்று நகர்ந்த பையனை கப்பென்று பிடித்துக் கொண்டான்.

"அதெல்லாந் தெரியி... அன்னிக்கோட மாசன்னங் கட்டலப் பொணஞ்சியே..?"

"அது... ஒண்ணா ரண்டாத்தா எனக்குத் தெரியி..."

வசமாக மாட்டிக்கொண்டான் பையன்.

"தெரிஞ்ச வரைக்குஞ் செய்யி வா..."

"வீட்ல வேலையிருக்குது மாமா..."

"அட அப்பறம் போயி பண்ணலாம் வா..."

இப்பொழுதே போய்ப் படுத்தால்தான் கனவு வரும். நேரம் அதிகமானால் வருமோ வராதோ என்ற சந்தேகத்தில் தவித்தவன், 'சரி புனி முடிஞ்சு குடுத்துட்டுப் போயிடலாம்' என்று நினைத்தவாறே, "செரி செரி...கவுரு குடுங்க..." என்றான்.

சுருட்டி வைத்திருந்த சுருணைகளை எடுத்துக் கொடுத்தான் ரங்கசாமி.

கயிற்றைப் பார்த்ததும் விளக்கெண்ணெய் குடித்ததைப் போல அஷ்ட கோணலாகிப் போன பையனின் முகத்தைப் பழைய நிலைக்கே கொண்டு வர ஒரு நாகாஸ்திரத்தை ஏவினான் ரங்கசாமி.

"ஆமா புள்ளே நல்லா அழகா செவப்பாருக்குதா...?"

இருந்தும் பையனின் சூலாஸ்திரத்திற்கு முன் அந்த அஸ்திரம் வீர்யமிழந்து போயிற்று.

"இதென்ன மாமா பழங்கவுறாட்டிருக்குது...?"

"ஆமடா அடுத்த வாரம் சந்தையிலதா புதுக்கவுறொண்ணு வாங்கோணும், அதுவரக்கி படுக்கிறதுக்கு ஒண்ணா ரண்டா..." அசடு வழியச் சிரித்தவாறே சொன்னான் ரங்கசாமி.

"இனியென்ன சந்தை இன்னம் மூனு நாள் தான மாமா... இந்தக் கவுரு போட்டா ஒருவாரங்கோட வராது... பேசாம புதுக்கவுறே போட்ருங்க..."

"த்சோ... இருக்கட்டும் போடு..." அசுவாரசியமாகப் பேசுபவன் போலக் கட்டளையிட்டான். "அதுக்கில்லே மாமா... கஷ்டப்பட்டுப் பொணயறதே பொணயறம்... புதுக்கவுறாப் பாத்துப் போட்டுட்டா ரண்டு மூனு வருஷத்திக்கிக் கவலையில்லே... அதுக்குத்தா..."

பையன் கனவு காண்பதில் குறியாக இருந்தான்.

"அட ஏம்பா.. இதென்ன பழங்கவுருன்னு நெனச்சிட்டியா?

இந்த நாலஞ்சு முடிச்சுப் போட்டதாடதா பழங்கவுரு… ஒரே கவுறா இருக்கு பாரு… அதெல்லாம் புதுசு. வாங்கி வெகு நாளா மூலையிலயே கெடந்திச்சா, பூசனம் புடுச்சிப்போச்சி… பாரு இன்னி எவ்ளவ் கெட்டியா இருக்குதுன்னு…”

ரங்கசாமி கட்டில் நெய்வதில் குறியாக இருந்தான்.

“மாமா… நான் எதுக்குச் சொல்றன்னா…”

“அட நெய்யிடா புதுமாப்பளே… சும்மாதான் பிளுக்கிறியே, ஆமா கல்யாணத்துக்கு கெடிகாரம் மோதரமெல்லா மாமனார் ஊடுதான எடுத்துப் போடுவாங்க…”

“இல்லே மாமா… அவுங்கெல்லாம் எடுத்துப் போட்டுருவாங் களாட்டிருக்குது. ஆனா எங்கப்பாதான், ‘மோதரம் போதும், கெடிகாரம் அவனுக்கெதுக்கு, ஆப்பீசுக்கா போறான்’னு சொல்லிட்டாரு…” பையன் சோகமாகப் பேசினான்.

இதுதான் தருணமென முடிந்த முடிவாய் எய்யும் பாசுபதாஸ்திரத்தை ஏவினான் ரங்கசாமி.

“உங்கப்பா கெடக்காரு, நான் வந்து உங்கப்பா கிட்ட சொல்றேன். ஆபீசுக்குப் போறவந்தா கட்டணுமா… நான் வந்து சொல்றேன், உனக்கு ஆட்டாம்பட்டி கெடிகாரம் எடுத்துப் போடச் சொல்றன்டா நீ ஏண்டா கவலப்படறே…”

பையன் உற்சாகமாக புனி முடியத் தொடங்கினான்.

“பழங்கவுருடா பாத்திமு… இத்திருக்குது… அந்து போப் போவுது…” கீறல் விழுந்த கிராம போனானான் ரங்கசாமி.

ஒவ்வொரு முறையும் புனி முடிந்து இறுக்கும்போது அறுந்து விழுந்தது. “அட ஸாமீ… சித்தே பாத்திமு… இப்பவே ஏகப்பட்ட ஜாயிண்டு…” என்று முடிச்சுப் போட்டு விட்டான் ரங்கசாமி.

இறுக்கினால் அறுந்து விழுந்தது. இறுக்காமல் விட்டால், தொட்டில் போலத் தொங்கியது.

“கவுரு இன்னி நல்லா கெட்டியாயிருக்குது… ஒரு அஞ் சாறு மாசத்திக்கி செலவில்லே… ஏ சின்னப்பா…” என்று பையனிடம் நோட்டம் விசாரித்தான்.

“ம்” என்று தலையாட்டிய பையனுக்கு ரங்கசாமி மீது

கோபம் கோபமாக வந்தது 'இவனெல்லா ஒரு ஆளு, ஒரு கட்டக் கவுரு வாங்கக் கைலாகாதவன்' மனதிற்குள் வைது தீர்த்தான்.

பையன் கொஞ்சம் ஏனோ தானோ வென்று நெய்தால் போதும், உடனே, "சின்னப்பா... பாத்துப் பொணய்டா... இங்கே தொங்கல் உளுந்திடுச்சி பாரு..." என்று சற்றைக்கொரு தரம் நச்சரித்துக் கொண்டிருந்தான்.

பையனுக்கு ஊக்கமளிக்க வேண்டி பெண் வீட்டாரின் லேவாதேவிகளையும் பெண்ணின் குணநலன்களையும் வர தட்சணை விவகாரங்களையும் அவ்வப்போது இடைச்சொருகல் செய்து உற்சாகப்படுத்திக் கொண்டிருந்தான்.

ஒருவழியாக பதின்மூன்று புனி வந்து விட்டது. கயிறு ஏறக்குறைய தீர்ந்து போய் விட்டது. இனி இருப்பது கால் கயிற்றுக்கு மட்டும் தான் மிஞ்சக்கூடும். ரங்கசாமி பையனிடம் சொன்னான்.

"டேய் சின்னப்பா போதுண்டா... இனி கால் கவுருக்குத்தா இருக்குமாட்டிருக்குது..."

"இப்பத்தா மாமா பதிமூனு புனி வந்திருக்குது... எல்லா இரவத்தியொண்ணு, இரவத்திமூனு, பத்தொம்பதுன்னு முடிவாங்க. நாம்ப பதினேழாவது போடலாம்..." என்றவன் மேலும் ஒரு புனி போடத் துவங்கினான்.

அடுத்து என்ன செய்வதென்று தெரியாமல் முழித்தான் ரங்கசாமி, "செரி இந்தப்புனியோட நிறுத்திக்கோ..." என்றான்.

"அதெப்படி மாமா... பதினாலு புனி போட்டா மட்டு செரியாப் போயிடுமா? உங்களுக்கு ஒண்ணுந்தெரியாது கம்னு இருங்க..."

அவனால் அமைதியாக இருக்க முடியவில்லை. இந்தக்கயிறு சம்பாதிக்கவே எத்தனை கஷ்டம்... பிறகு கால் கயிறுக்கு என்ன செய்வது? பதறியபடியே,

"அதெல்லா ஒண்ணு வேண்டா... இந்தப் புனியோட முடிச்சிரு..."

"அதெப்பிடி மாமா... ராசா கவுரு கீழே உளுந்திருச்சே..."

அப்பொழுது தான் பார்த்தான், ராஜா கயிற்றின் மீது மந்திரி கயிறு ஏறி உட்கார்ந்திருந்தது. ராஜா மேலே வர வேண்டுமானால் இன்னும் ஒரு புனியாவது போட வேண்டும். அப்படிப் போட்டு விட்டால், கால் கயிறு கட்டக் கயிறு போதாது.

"உளுந்தா உளுந்துட்டுப் போகுது... போதும்.."

"இப்படியே போட்டா பண்ணையத்துக்கு ஆகாது மாமா..."

செய்வதறியாமல் கைகளைப் பிசைந்து கொண்டான். நெருப்பின் மீது நின்றிருப்பவன் போல அங்குமிங்கும் நடந்து கொண்டான்.

"அட கால் கவுரு கட்டறதுக்கு கவுரு வேண்டாமா அப்பறம்?" ஒருவாறாக நிலைமையைச் சொல்லி முடித்தான்.

"ஓஹோ கவுரு மீதியில்லையா...? அதுக்குதா நாஞ் சொன்னே... புதுக்கவுறே வாங்கீறலாம் இது பத்தாதுன்னு... நீங்க கேட்டாத் தான..." இந்நேரம் வரை அடக்கி வைத்திருந்த ஆத்திரத்தைக் கொட்ட இதுதான் தருணமென்று ஒரு பிடி பிடித்தான் பையன்.

"செரி செரி... எங்கூட்ல கோட இருக்கும்... நாம் போயி எங்கப்பாவைக் கேட்டு எடுத்தாறேன்..." நெஞ்சை நிமிர்த்திக் கொண்டு அங்கிருந்து நடந்தான் பையன்.

இவன் போய், 'ரங்கசாமி மாமா கட்டிலுக்கு கயிறு கொஞ்சம் பத்தலியாம், வாங்கிக் கொண்டு வரச்சொன்னார்' என்று கேட்டால்... யாருக்கு மானம் போவது?

மீண்டுமொரு முறை தன்னிடம் இல்லாத ஒன்றிற்காக அந்த யோசனையைக் கை கழுவி அவசரமாகப் பையனைக் கூப்பிட்டான்.

பையன் திரும்பி வந்து, "என்ன மாமா...?" என்றான்.

"வேண்டாம்டா... அப்புறம் பாத்துக்கலாம், இதே போதும் புடி, கால் கவுரு கட்டிறலாம்..."

"அய்யோ பண்ணயத்துக்கு ஆகாது மாமா..."

"என்னடா பண்ணயம் மசுரு பண்ணயம்... நாந்தா

நஞ்சையும் பிஞ்சையும் அம்பது ஏக்கரா வெச்சிருக்கறனாமா... பண்ணயத்துக்கு ஆகாதாமா மசுரு. ஆகாட்டிப் போனாப் போகுது. ஒரு கட்டக் கவுரு வாங்க வக்கு செத்தப் பண்ணயம் முழுகித்தாம் போனா என்னடா மசுருது..."

அடி வயிற்றிலிருந்து பீறிட்டுக் கொண்டெழுந்த தார்மீகமான ஆக்ரோசத்தை அவனால் கட்டுப்படுத்த முடியவில்லை. அவன் பாட்டுக்கு பேசிக் கொண்டேயிருந்தான், பையன் பயந்துபோய் அங்கிருந்து நழுவி விட்டான்.

அவனுடைய ஆக்ரோசம் அடங்க வெகு நேரம் பிடித்தது. உணர்ச்சி வேகத்தில் ஏதேதோ பேசி விட்டதை நினைத்து தன் மீதே கோபம் வந்தது. பையனைக் காணாததால் தானே கஷ்டப்பட்டு கால் கயிறு கட்டினான். நெய்து முடித்த பிறகு உட்கார்ந்து பார்த்தான். கயிற்றின் மொந்தையான முடிச்சுகள் புட்டத்தை அழுந்தின. அழுந்தினால் தான் என்ன... அதிலும் ஒரு சுகம் இருக்கத்தான் செய்தது. கட்டிலில் அதிகமாக முடிச்சுகளே ஆக்ரமித்திருப்பதைக் கண்டு, சாக்கு ஒன்றை முதலில் போட்டு அதற்குமேல் துணிகளை விரித்துப் போட்டு படுக்க வேண்டும் என்று கணக்குப் போட்டுக் கொண்டான்.

பிறகு இன்னும் இரவு வரவில்லையே என்று வருத்தப் பட்டான்.

(ஜனவரி 1984)

வலி

கோழி கூப்பிடு முன்பே பங்காருக்கு விழிப்பு வந்து விட்டது. இரவு சரியாகத் தூக்கம் வரவில்லை. நேற்று முழுதும் எதுவும் சாப்பிடாததால் வயிறு தீக்கங்குகளை வைத்துக் கட்டியது போலக் கனன்று கொண்டிருந்தது. குடிசையின் கதவைத் தள்ளிக் கொண்டு உள்ளே போனான்.

ஈரமண் தரையில் பழைய அரைச் சீலையை விரித்து முடங்கியிருந்தாள் மனைவி. சற்றுத் தள்ளி வெறுந்தரையில் இரண்டு கால்களையும் மடக்கி வயிற்றுக்கு முட்டுக் கொடுத்து சுருண்டு போய்ப் படுத்திருந்தது குழந்தை. ஒரு நிமிஷம் மனசுக்குள் குமைந்து போனான் பங்காரு. மனைவியை எழுப்பினான். அவள் அசதியுடன் எழுந்து முகங் கழுவப் போனாள்.

“வவுரு பசிக்குது புள்ளே... ஏதாச்சி இருந்தா கரச்சி கிரச்சி ஊத்து...”

“ஆமா, நேத்தே குடிக்கறதுக்குக் கஞ்சியில்லே... இப்ப அதுக்குள்ளே என்ன நாம் போயி திருடீட்டா வருவே...?” அவள் பேச்சில் உஷ்ணம் தோய்ந்திருந்தது.

“செரி செரீ... புளுதண்ணிகோட இல்லையா...?”

“நேத்தையிலிருந்து அதத்தானே குடிக்கறம்...” ஒரு ஈய

டம்ளரும் சொம்பில் நீராகாரமும் கொண்டு வந்தாள். டம்ளரை வாங்கி மூன்று டம்ளர் அடித்தவுடன் வயிற்றில் குடல்களை எரித்துக் கொண்டிருந்த பசி கொஞ்சம் அணைந்தது.

முகத்தைப் புறங்கையால் துடைத்துக் கொண்டே "செரி... ஒரு ரண்டு ரூவா குடு.. பஸ் சார்சுக்கு..." தயங்கியவாறே கேட்டான்.

"இமா... நாந்தா அச்சடிக்கறே, உருவியுருவி குடுக்கறதுக்கு... ஏ நடந்துபோனா ஆகாதா...?"

"ஏ புள்ளே எரிஞ்சுளுவறே... போறப்பவே நடந்து போனா வாரப்ப எப்பிடி வாரது... நேத்துக்கூட ரண்டு ரூவா வெச்சிருந்தை யில்லே...?"

"அதெல்லா கெட்டிக்கார சாமி... ரண்டு ரூவா சம்பாதிக்கக் கைலாவுலே... எவளாச்சி வெச்சிருந்தா நோண்டி எடுத்திருவே..."

பங்காருக்கு முகத்தில் காறித்துப்பினாற் போலிருந்தது. "இதபாரு, குடுத்தாக் குடு இல்லாட்டி வெச்சிக்க... ஆமா..." என்று கோபத்துடன் பேசியவன் வாசல் வரைக்கும் நடந்து போகிறாற்போல பாவ்லா காட்டினான்.

"ஆமா... நானே நல்லம்மாட்டே போன வாரம் ஒரு படி ஆரியம் வாங்கியிருந்தே... அவவேற பொழுதுக்கும் வந்து வாளு வாளுங்கறா... அவளுக்குக் குடுக்கறதுக்குத்தா..."

"அட அதுக்குத்தான... சந்தையிலேர்ந்து வந்து குடுத்தறலாங் குடு..."

"த்தே... என்ன பொழப்பு..." ஏதேதோ முணு முணுத்தவாறு இரண்டு ரூபாய் நோட்டை எரிச்சலுடன் கொடுத்தாள்.

பணத்தை வாங்கியவன் வேட்டியை ஒதுக்கி கோவணத் துணியின் ஓரத்தில் முடிந்து கொண்டு நடந்தான். சட்டையோ பனியனோ இல்லாமல் தான் அங்கு முடிகிறான் என்பது மாத்திரமல்ல. முன்பொருநாள் சோமாரச்சந்தையில், ஒரு மாட்டு வியாபாரி 1500 ரூபாயை சவுக்காகிதத்தில் சுருட்டி பனியன் சோப்புக்குள் போட்டு மேலே ஜிப்பா சர்ட் போட்டுக் கொண்டு மாடு வாங்க வந்திருக்கிறார். சந்தையை ஒரு ரவுண்டு அடிப்பதற்குள் எவனோ அடிச்சிட்டுப்

போயிட்டான். அவர் அழுத அழுகை பங்காருக்கு இன்னமும் ஞாபகத்திலிருக்கிறது.

இன்னும் நட்சத்திரப் பூக்கள் உதிரவில்லை. லேசான குளிர் பங்காருவின் வெற்று மேலைத்தடவி நரம்புகளைச் சில்லிட வைத்தது. தலையில் கட்டியிருந்த துண்டை அவிழ்த்து போர்த்திக் கொண்டு நடந்தான். இந்தக்குளிருக்கு ஒரு வெந்தண்ணி அடிச்சா எப்பிடியிருக்கும் என்ற நினைப்பு வந்ததும் குல்லாரி நாய்க்கர் கடை ஞாபகத்துக்கு வந்தது. நாய்க்கர் அருமையான மனுஷன். இவனை நம்பி அஞ்சு ரூபாய் வரையிலும் அக்கவுண்ட் உடுவார். சாப்பாடு இல்லாத நாட்களில் மட்டுமே டீ குடிக்கப் போவான். நாய்க்கர் இவனுக்கு மாத்திரம் சர்க்கரை அதிகமாகப் போட்டு டம்ளர் நிறைய கொடுக்கும் போது... பங்காருக்கு மனசு உருகிப் போய்விடும். நாய்க்கரை கடவுள் போல பாவிப்பான்.

இவன் போன போது நாய்க்கர் பைலருக்குத் தீ போட்டுக் கொண்டிருந்தார்.

“சித்ரா பஸ் போய்டுச்சிங்களா..?” நாய்க்கரிடம் கேட்டான் பங்காரு.

“இல்லப்பா... இனிமேத்தா வரும்... சோமாரச் சந்தைக்கா?”

“ஆமாங்க சூடு ஆயிருச்சிங்களா?”

“ஆன மாரிதா.. ஆனா வரட் டீ தா... இன்னி பாலு வல்லே”

“ஏதாச்சி ஒண்ணு போடுங்க... ஒரே குளுரு...”

அந்த டிகாசன் தண்ணீரை தூக்கி ஆத்தும்போது அருவியி லிருந்து வெள்ளம் கொட்டுகிறாற் போல் டர்ரென்ற சத்தம் காதைத் துளைத்தது. இந்த சத்தம் ஊர் வரைக்கும் கேட்கும். வீட்டிலிருக்கும்போது இந்தச் சத்தம் கேட்டால் தான் எழுவான்.

“நீதா மொதட்டீயி... காலங்காத்தாலே கடஞ்சொல்ல வேண்டா...” டீ குடித்துவிட்டு கடன் சொன்னவனை வசமாகப் பிடித்துக் கொண்டார்.

பங்காருவால் டீ குடிக்க முடியவில்லை. நம்மையும் பிடித்துக் கொண்டால்... பஸ் சார்சுக்குத்தான் இரண்டு ரூபாய்

இருக்கிறது என்ன செய்வது என்று யோசித்தவாறே தயங்கித் தயங்கி ஒவ்வொரு மடக்காக உறிஞ்சினான்.

பஸ்ஸின் ஆரன் சத்தம் கேட்டது. சட்டென்று எழுந்து டம்ளரை வைத்து விட்டு, “சந்தைக்குப் போயிட்டு வந்து பழைய பாக்கியுஞ்சேத்தி குடுத்திர்ரன் மாமோய்...” என்றபடி ஓடினான்.

“வர்ரவனெல்லா கடஞ் சொலிலிட்டுப் போறா... அதாண்டா கைல காசு வாங்கீட்டு குடுத்திருக்கோணும்... ச்சே” சலித்துக் கொண்டார் குல்லாரி நாய்க்கர்.

பஸ்ஸில் அவ்வளவாகக் கூட்டமில்லை. தெரிந்தவர் யாராவது இருக்கிறார்களா என்று சுற்றுமுற்றும் பார்த்தான். சென்னி நாய்க்கர் உட்கார்ந்திருந்தார். பங்காரு அவருக்குப் பின் வரிசையில் போய் உட்கார்ந்து கொண்டான். கண்டக்டரிடம் ‘அந்தியூர்’ என்று டிக்கட் வாங்கினான். வெறும் டிக்கட் மட்டுமே கொடுத்தார் கண்டக்டர். பத்துப் பைசா மிச்சமிருக்கும், அதைக் கேட்க நா வரவில்லை. ‘இத்தனை பேர் ஏறியிருக்கிறார்கள், அப்பவும் ஒரு பத்து பைசா சில்லரை இல்லாமல் போயிடுச்சா’ மனசுக்குள் கண்டக்டரை ஒரு பாட்டம் திட்டித் தீர்த்தான்.

திடீரென்று ஞாபகம் வந்தவனாய், “என்ன மாமோவ்... சந்தைக்கா...?” சென்னிநாய்க்கரிடம் கேட்டான்.

சென்னி நாய்க்கர் திரும்பிப் பார்த்து கண்களில் வியப்புடன் “அட பங்காரு... நீயுஞ்சந்தைக்கா...?” என்றார்.

“ஆமாங்க... ஏதாச்சி எருது கிருது வாங்கறீங்களா...?”

“ஆமாடா அம்மிணி புள்ளத்தாச்சியா இருக்கிறா... இப்பவே ஒரு செனமாடு வாங்கி உட்டா... பின்னாடி பாலுக்கு ஆயிருமில்லே...”

“ஆமாமா...அது சவுரியந்தாங்க...” என்றவன் தயங்கியவாறு, “நானே புடிச்சாந்துர்ரே...” என்றான்.

அவர் தலையாட்டி விட்டு மௌனமானார்.

பங்காருவுக்கு இப்போது மனம் திருப்தியாகி விட்டது. சீட்டில் நன்றாக சாய்ந்து உட்கார்ந்து கொண்டான்.

ஒவ்வொரு வாரமும், திங்கட்கிழமை அந்தியூர் சந்தைக்கும், சனிக்கிழமை மொடச்சூர் சந்தைக்கும் போவான். இவனுக்குத் தெரிந்தவர்கள் மாடோ, எருதோ, எருமையோ வாங்கி இவனிடம் ஒப்படைத்து விடுவார்கள்; அதைப் பத்திரமாகக் கொண்டு போய் அவரவர் வீட்டில் சேர்ப்பது இவன் வேலை. அதற்கு ஒரு உருப்படி என்றால் ஐந்து ரூபாய், இரண்டு மூன்று என்றால் பத்து ரூபாய், உருப்படிகள் ஏறஏறத் தொகை கணிசமாகக் குறையும். இதனால் மாட்டுக்காரர்கள் ஒட்டு மொத்தமாகச் சேர்த்து ஒரு தொகை பேசிக் கொடுப்பார்கள். நாலைந்து மைல் தூரம் என்றால் மாட்டுக்காரர்களே பிடித்துக் கொண்டு போய் விடுவார்கள். பத்து பதினைந்து மைல் என்றால் மட்டுமே இவனிடம் ஒப்படைப்பார்கள். முன்பெல்லாம் சந்தையிலிருந்து வீடு திரும்பும் போது கை நிறையப் பணம் சேர்ந்து விடும். அதை அப்படியே மனைவியிடம் கொண்டு வந்து கொடுத்து அவளுடைய முகப் பூரிப்பில் இன்பத்தைக் கண்டு... என்னமாய் வாழ்க்கையை அனுபவித்திருக்கிறான். தற்பொழுது இந்தத் தொழிலுக்கும் போட்டி ஏற்பட்டு விட்டபடியால் ஒரு உருப்படி கிடைப்பதே 'புதையல் கிடைத்தாற் போல'.

சித்ரா டிரான்ஸ்போர்ட் அந்தியூர் பஸ் நிலையத்தில் பயணிகளை இறக்கி விட்டது. சென்னி நாய்க்கர் எதிரிலிருந்த கதிர்வேல் ஓட்டலுக்குச் சென்றார். பங்காருக்குப் பசித்தது. சந்தையை நோக்கி நடந்தான். சுத்தமாக விடிந்திருந்தது.

சந்தைக்குப் போகும் வழியில் பத்ரகாளியம்மன் கோயில் இருந்தது. பங்காரு எப்போதும் அதைக் கும்பிடாமல் போனதில்லை. சிறுசிறுபொடிசுகள் கற்பூரத் தட்டை ஏந்திக் கொண்டு 'அண்ணா, கப்பூரம் போடறம், கப்பூரம் போடறம்'னு எல்லாரையும் சுற்றிச் சுற்றி வருவார்கள். போடச் சொன்னால் கோயில் முன் இருக்கும் பீடத்தில் நெருப்புக் கங்குகள் கனன்று கொண்டிருக்க, அதில் ஓரிரு கற்பூர வில்லைகளைப் போட்டு விட்டு ஐந்தோ, பத்தோ (காசுகள்) வாங்கிக் கொள்வார்கள். ஒரு சிலர் சில்லரை இல்லாமல் கடன் சொல்லிப்போய் வந்து கொடுப்பார்கள். பங்காரு எப்போதும் ஐந்து காசுக்கு கற்பூரம் போடுவான். இன்றுதான் கண்டக்டர் பத்து காசுக்கு கற்பூரம் கொளுத்தி விட்டாரே... மறுபடியும் கண்டக்டர் மீது கோபம் கோபமாக வந்தது. பங்காரு கடனுக்கு ஐந்து காசு கற்பூரம் போடச் சொல்லி, 'இன்னிக்கு ஒரு அஞ்சாறு உருப்படியாவது கெடைக்க வேணும்' என்று கும்பிட்டு கற்பூரச் சாம்பலை

எடுத்து நெற்றியில் இட்டுக் கொண்டு நடந்தான்.

சந்தைக்குப் போகும் வழியில் இருமருங்கிலுமிருந்த கடைகளின் கண்ணாடி அலமாரிகளில், செட்செட்டாக பூரிகள் அடுக்கி வைக்கப்பட்டிருந்தன. மசாலின் வாசனை மூக்கைத் துளைத்தது. இவனுக்கு மறுபடியும் பசித்தது. இவனும் முதன் முதலில் மாடு பிடிக்க சந்தைக்கு வந்த தினத்திலிருந்து பூரிமசால் சாப்பிட நினைத்திருக்கிறான். இன்று வரை அது நினைப்பாகவே இருக்கிறது.

சந்தை கேட்டுக்கு வெளியே, 'அவன் கிழவி' உட்கார்ந் திருந்தாள். ஊரில் எடுத்துக் கொண்டால் எப்படி குல்லாரி நாய்க்கரோ அதுபோல சந்தையில் இந்தக் கிழவி.

"என்ன ஆயா எப்பிடி இந்தக் கூறு?"

கட்டிலில் விரிக்கப்பட்டிருந்த சாக்குப் பைக்கு மேல் நான்கு நான்காக துலுக்காணி சோளக் கருதுகள் அடுக்கி வைக்கப்பட்டிருந்தன. கிழவியின் கடை 'சீசன் கடை'. அந்தந்த சீசனுக்கு ஏற்ப சர்க்கரை வள்ளிக்கிழங்கு, அடிபட்ட பச்சை மாங்காய், குச்சிக்கிழங்கு, வெந்தண்ணியில் போட்ட கொய்யாப் பழம், துலுக்காணி சோளக்கருது... இந்த மாதிரி.

"ரூவாய்க்கு ஒரு கூறு"

"என்னாயா ரொம்பச் சின்னச் சின்ன கருதாயிருக்கு மாட்டி ருக்குது..." என்று பேரம் பேசியபடி ஒரு கூறை அள்ளினான்.

"நீதா மொத மொதலா எடுக்கறே... காசக் குடுத்துட்டு எடு, ஆமா..." கண்டிப்பாய்த் தடுத்தாள் கிழவி. பங்காருக்கு பொசுக்கென்றாகி விட்டது.

"இதபாராயா... இதென்ன புதுசாக் கேக்கறே.. நானென்ன அறியாத ஆளா.. போன வாரந்தான கணக்குப் பூராவும் முடிச்சே..." என்றவன், தான் எத்தனை வருசமாக அவன் கடையில் வாடிக்கையாளராக இருக்கிறான் என்பதையும், தன்னுடைய உறவு வெறும் வியாபார உறவு மட்டுமில்லை என்று ஒரு குட்டி பிரசங்கமாற்றி, வீட்டில் மகன் சௌக்கியமா, பேத்தி சௌக்கியமா, போனவாரம் பேத்தியைப் பிடித்திருந்த காய்ச்சல் போய் விட்டதா, இன்னும் தங்கியிருக்கிறதா என்றெல்லாம் குசலம் விசாரித்து கிழவியை

ஒரு வழியாக்கினான்.

துலுக்காணி சோளக்கருதுகள் நான்கும் ஒரு டம்ளர் தண்ணீரும் வயிற்றுக்குள் போன பிறகுதான் தெம்பாக சந்தைக்குள் காலடி எடுத்து வைத்தான்.

சந்தை ரொம்பவும் சுறுசுறுப்பாக இயங்கிக் கொண்டிருந்தது. பலதரப்பட்ட மாடுகளும் சாணத்தை மிதித்தபடி நின்று கொண்டி ருந்தன. தரகர்கள் பசையுள்ள பெரிய மனிதர்களின் பின்னால் சுற்றிக் கொண்டிருந்தனர். ஒரு சிலர் மாட்டுக்காரர்களிடம் பேரம் பேசிக் கொண்டிருந்தனர்.

ஒருவர் பங்காருவிடம் வந்து, "ஏ பங்காரு... நம்புளது ஒரு சோடி எருது இருக்குது... என்ன புடுச்சாந்திர்ரயா...?" என்று வினவினார்.

"செரிங்க... நம்மூரு சென்னிநாய்க்கரு ஒரு மாடொன்னு வாங்கரமுன்னாரு... பாத்துட்டு வந்திடறேன்..." என்று அவசரமாக நடந்தவன், "வேற யாருகிட்டயும் சொல்லிராதீங்கோவ்..." என்றபடி நடந்தான்.

"வெரப்பா வாடோய்... இன்னுங்கோட ஒரு மாடு சின்னக் கண்ணா வாங்கறமுன்னா, அதையும் நீயே புடுச்சாந்திருவே"

மனசுக்குள் மகிழ்ச்சி பீறிட்டடித்தது பங்காருக்கு. 'பரவால்லோ இன்னிக்கு, போறப்ப இவங்ககிட்டே கூலிப் பணம் வாங்கி ஆரியம் ரண்டு படி வாங்கீட்டுப் போவோனும்... இல்லாட்டி இருக்கற கொஞ்ச நஞ்ச மருவாதியும் கெட்டுப் போயிரும்...'

சென்னி நாய்க்கரும் சல்லாடனும் ஒரு மாட்டை நோட்டம் பார்த்துக் கொண்டிருந்தனர். சல்லாடனைக் கண்டதும் பங்காருவுக்கு ஒரே குஷி. சல்லாடன் பிரபலமான மாட்டுத் தரகன். சுற்று வட்டாரத்திலுள்ள எல்லாச் சந்தைகளிலும் இருப்பான். சல்லாடனில்லாமல் சந்தையே கூடாது என்று ஒரு செலவாந்தரமே இருக்கிறது. எப்பேர்ப்பட்ட ஆளையும் மடக்கி வியாபாரத்தை முடித்துக் கொடுப்பதில் பலே கில்லாடி. சல்லாடனுக்கு எப்போதும் பங்காரு மேல் ஒரு தனி பிரியம். டீ, பீடி வாங்கிக் கொடுப்பான். உருப்படி கிடைக்காத நாளில் ஒண்ணு ரெண்டு கொடுத்து உதவுவான். சல்லாடனைப் பார்த்ததும் பல்லைக் காட்டினான் பங்காரு.

“என்ன சல்லாடு... போயி என்ன வெலைன்னு வெசாரி...” என்றார் நாய்க்கர்.

சல்லாடன் மாட்டின் சொந்தக்காரரிடம் நெருங்கி மெல்லிய குரலில் விசாரித்தான். நாய்க்கர் மாட்டின் வாலை முறுக்கி ‘சுல்லாப்பு’ பார்த்தார். மாடு திமிறிக் குதித்தது. சல்லாடன் நாய்க்கரிடம் வந்தான்.

“என்ன நாய்க்கரே... ஏலெட்டு மாச செனை. இது ரண்டான் ஈத்து தானாமா...”

“செரி எவ்ளவ் சொல்றான்... ஆளியா ஆளி முறியா...?” என்றார் நாய்க்கர்.

“ஓ... உங்களுக்கும் சந்தைபாஷை தெரியுமா? நீங்கதான் சந்தையிலேயே பொறந்து வளந்தவராச்சே...” என்று சிரித்தான் சல்லாடன்.

அடிக்கடி சந்தைக்கு வருபவர்களும், தரகர்களும், வியாபாரிகளும் பண எண்ணிக்கையை சந்தை பாஷையில் தான் பேசுவார்கள். அது ஒரு வியாபார உத்தி, புதுசாய் வருபவர் களை ஒன்றும் புரியாமல் முழிக்க வைத்து ஏமாற்ற தரகர்களும் வியாபாரிகளும் உருவாக்கிய பாஷை. அந்த பாஷையும் சந்தைக்கு சந்தை மாறிமாறி இருக்கும்.

“அட எவ்ளவ் சொல்றா... வழுவா..?” என்றார் நாய்க்கர்.

“நீங்க ஒண்ணு... தாயமுறி சொல்றா... புடிச்சிருந்தா சொல்லுங்க, ஏதோ ஒரு ரேட்டு முடிச்சிரலாம்...”

“அய்யோ, இதெதுக்கு தாய முறிக்கி.. ஏதோ ஆளி, ஆளி முறின்னா செரிதா..”

“அட ஏங்க.. வழுவு முறிக்கே கேட்டாங்களாமா..”

“மாட்டைப் பாத்தா ரண்டீத்துக்கு மேலிருக்கும் போலே...”

“அட ஏ நாய்க்கரே, இப்பத்தா பல்லு சேந்திருக்குதாமா... செரி வாங்க புடிச்சே பாத்துரலாம்...” என்றவாறு மாட்டின் அருகில் சென்று மூக்கணாங்கயிற்றைப் பிடித்து பல்லைப் பார்த்தார்கள். மாடு புஸ்புஸ் என்று இரைச்சலுடன் குதித்தது.

“போனதபா எத்தனை படி பால் கறந்ததாமா..?”

“மூனு லிட்டர் சுத்தமா கறந்ததுங்க... ஒரு பாச்சலில்லே, எங்க சின்னப்பயந்தா புடிச்சு தண்ணி காட்டுவா. எந்த எடத்துல உட்டாலும் மேயுங்க, எதைப் போட்டாலும் களையாம திங்கும். காடித் தண்ணியில மட்டும் கொஞ்சம் புண்ணாக்கு போட்டு உட்டா... சும்மா உறிஞ்சிப் போடுங்க. சின்னக் கண்ணுலேர்ந்து நம்மகிட்டதா வளருது...” என்று மாட்டுச் சொந்தக்காரரே நாய்க்கரிடம் வந்து பேசினார்.

“செரி.. ஒரு வெல படக்குனு சொல்லுங்க பார்க்கலாம்..”

“அதா அவருகிட்டே சொன்னனே...”

“எவ்ளவ்?”

“அதா.. 950 தா...”

“அதெல்லா வேண்டாங்க... இன்னும் கீழ வாங்க.. கேளு சல்லாடு...”

“யோவ், வெறும் வெலயச் சொல்லீட்டே இருக்கலாம்னு இருக்குதா... இல்லை விக்கலாம்னா... அனுசரிச்சி சொல்லுவியா...?” என்றான் சல்லாடன்.

“நீங்க ஒரு வெலே கேளுங்க, கட்டுப்படியாயிருந்தா தர்ரே, இப்ப கொஞ்சம் முந்திகோட 850 க்கு வந்து கேட்டுப் போனாங்க.. உங்ககிட்டே சொன்னனில்லே...”

“யோவ்... அவுங்க சும்மா ஏச்சல் வெச்சுட்டுப் போயிருவாங்க, அப்றம் நீ திருப்பி வீட்டுக்குப் புடிச்சுட்டுப் போ வேண்டியது தான்...”

நாய்க்கர் மாட்டின் தளைக் கயிற்றை வாங்கி ‘சுண்டுகால்’ இருக்கிறதா என்ற பாவனையில் ஓட்டிப் பார்த்தார். மாடு நன்றாகவே நடந்தது.

“அதெல்லா எந்த மிஸ்டேக்குமிருக்காதுங்க... தெரிஞ்சவங்க கிட்டே தொச்சமான பண்டத்தையெல்லாம் குடுத்திட்டா நாளைய முன்னி மூஞ்சில முழிக்க வேண்டா...? ஆமா நம்பூரு எதுங்க?” என்றார் மாட்டுக்காரர்.

“உப்புக்காரப் பள்ளம். கவந்தப்பாடிக்குப் பக்கத்தாலே..” என்றார் நாய்க்கர்.

“ஓ... இந்த நல்லிக் கவுண்டனூரெல்லா இருக்குதே அதுக்குப் பக்கத்தாலேயா...?

“அங்கில்லீங்க... கவந்தப்பாடியிலேர்ந்து பவானி போற வழியிலே...” பேசிக்கொண்டே திமிலைத் தடவி நடு முதுகிலிருக்கும் சுழிகளை நோட்டமிட்டார்.

“ஓஹோ, நம்பூரு மைலம்பாடிங்க... நல்லிக் கவுண்டனூருக் குத்தா நம்ப பொண்ணக் குடுத்திருக்கேன்...”

“ம்” கொடுத்தவாறே முன் பக்கக் கால்களின் இடுக்கில் தொங்கிய தொண்டைப் பகுதியில் ‘குண்டிக்காய்’ ஏதாவது இருக்கிறதா என்று அழுத்தி அழுத்திப் பார்த்தார்.

“செரி அப்ற எப்டிங்க...?” இந்த வியாபாரம் முடிந்தால் வேறு ஒரு கிராக்கியைப் பார்க்கலாம் என்று தவித்துக் கொண்டிருந்த சல்லாடன் இடையில் புகுந்தான்.

“எப்படின்னா நீங்க கேக்க வேண்டியதுதா...” என்றார் மாட்டுக்காரர்.

“இங்க பாருய்யா... நாங்க வெலய வெச்சுட்டுப்போற ஆளுக இல்லே, அனுசரிச்சி சொன்னீன்னா பாக்கலாம்...”

“செரி... ஒரு அம்பது ரூபா கம்மியாத்தா குடுங்க போங்க...”

“இங்க வாங்க நாய்க்கரே...” என்று நாய்க்கரைத் தனியே அழைத்துப் போனான் சல்லாடன். இருவரும் குசுகுசுத்தனர். வேறொரு வியாபாரி வந்து மாட்டை விசாரித்துப் போனார். சல்லாடன் மாட்டுக்காரரிடம் வந்தான். வறண்டு போன மாட்டுச் சாணத்தைச் கொஞ்சம் எடுத்து, “இந்தாங்க எருவு புடிங்க..” என்று மாட்டுக்காரரின் கையைப் பிடித்தான்.

எருவு என்பது மாட்டுக்கான அச்சாரம்.

“யோவ் வெலயச் சொல்லுயா” மாட்டுக்காரர் கையை விடுவித்தவாறே பின்வாங்கினார்.

“யாரோ வழுவுமுறிக்கு கேக்கறாங்கன்னு சொன்னீங்களே, அதே ரேட்டுதா... எனக்கு கரணை தள்ளீரனும் ஆமா.. கடைசீல வளவளன்னு பேசப்படாது...” என்றபடி அவர் கைகளைப் பிடித்தான் சல்லாடன்.

“யோவ்... எனக்கு இந்த வழுவு கரணையெல்லாத் தெரியாது, நம்ம பேச்சிலேயே சொல்லு...” என்று திமிறினார்.

“அதாய்யா... 850க்கு முடிச்சிர்ரே... எனக்கு அம்பது ரூபா பேசாம குடுத்தரணும்... என்ன?”

“ஏய்யா... ஒனக்கே அம்பது ரூவாயும் போச்சின்னா மீதி என்னிருக்குது, அதெல்லாம் முடியாதுய்யா. வேண்ணா 25 ரூவா குடுக்கறே.. அதே அதிகம்...”

“செரி ஒரு துருவம் சேத்திக் குடு...”

“ம்...?”

“அட ஒரு பத்து ரூவா சேத்திக் குடய்யா..”

“அய்யோ அம்மா...” என்ற சத்தம் அவர்களின் ஓரியாட்டத்தைக் கலைத்தது. சத்தம் வந்த திக்கில் அனைவரும் திரும்பிப் பார்த்தனர். பங்காரு மாட்டுச் சாணத்தில் புரண்டு கொண்டிருந்தான். எல்லோரும் ஓடிப்போய் கைத்தாங்கலாகத் தூக்கி நிறுத்தினர். பங்காருவின் கணுக்காலுக்கு மேலாகவும் முழங்கால் சில்லிலும் மாட்டுக் குளாம்புகளின் தாரைகள் பதிந்திருந்தன. சதை பிய்ந்து போய் ரத்தம் பொங்கிக் கொண்டு வந்தது.

“அட பங்காரு... என்னடா ஆச்சி...?” என்றார் நாய்க்கர்.

அதற்குள் சல்லாடன் கொஞ்சம் மாட்டுச் சாணம் எடுத்து வந்து காயத்தில் துடைத்து விட்டான். பங்காருவால் நிற்க முடியவில்லை. முழங்கால் சில் விண் விண்ணென்று தெறித்தது.

“அட என்ன முழிக்கறே... சாணி வழுக்கீட்டு உளுந்திட்டியா?” என்றான் சல்லாடன்.

“இல்லீங்க.. பாலு கொளகொளன்னு வருதா... கெட்டியா வருதான்னு... பீச்சிப் பாத்தங்க.. ஒதச்சிடுச்சிங்க.. அய்யோ..அம்மா..” வலியில் ஈனஸ்வரமாக முனகிக் கொண்டே சொன்னான் பங்காரு.

நாய்க்கர் நைசாகக் கூட்டத்திலிருந்து நழுவி வேறு பக்கம் நடையைக் கட்டினார். சல்லாடனும் பின் தொடர்ந்தான். ‘பாவி வியாபாரத்தையே கெடுத்திட்டயேடா...’ என்று

மாட்டுக்காரரின் கண்கள் பங்காருவின் மீது கொல்லிப் பார்வையைக் கக்கின. பயந்துபோன பங்காரு அந்த இடத்தை விட்டு அவசரமாக நடந்தான்; அவனால் நடக்கமுடியவில்லை. சரியான உதை, சதை பிய்ந்துபோன இடங்களில் காந்தியது.

'அய்யோ இனி எப்பிடி மாடு கொண்டு போயி சேத்தறது... பாழாப்போன மாடு நம்ப பொழப்பையே கெடுத்திருச்சே... அய்யோ இப்பிடி மொண்டி மொண்டி நடந்து போனா நாய்க்கரும் மத்தவங்களும், 'நீ எங்கடா ஊரு கொண்டாந்து சேக்கப் போற' ன்னு வேறவங்க கிட்ட புடிச்சுக் குடுத்திட்டா' என்ற நினைப்பு வரவே சரியாக நடக்கத் தொடங்கினான்.

நடக்கும்போது தூக்கிக் கட்டியிருந்த வேட்டி சதை பிய்ந்து போன இடத்தில் உராயும்போது தீயாய் எரிந்தது. ஒவ்வொரு அடி எடுத்து வைக்கும்போதும் கணுக்கால் சில்லில் உயிர் போவது போல வலித்தது. காலை இழுத்து இழுத்துத்தான் நடக்க முடிந்தது.

கால் வீங்கிக் கொண்டு வருவது போல ஒரு உணர்வு ஏற்பட்டது. 'ஏதாவது மூட்டெலும்பு ஒடஞ்சு போயிருக்குமோ... அப்பிடி ஒண்ணும் ஆயிருக்காது... இது என்ன செஞ்சிரும்? வீட்டுக்குப் போனதும் மொத வேளையா 'மாட்டுச்சாண வேது' குடுத்தா செரியாப் போயிரும். இதுவா இப்ப பெரிய விஷயம்... நம்ப பொழப்பே போயிருச்சே... இனி எப்படி வீடு போய்ச் சேர்ரது? பொண்டாட்டிக்கும் கடங்காரனுகளுக்கும் என்ன பதில் சொல்றது...?' என்றெல்லாம் அரற்றினான்.

அப்பொழுதுதான் ஞாபகம் வந்தது அவனுக்கு. ஒரு நாள் காலில் கருவேல முள் ஆழமாகத் தைத்து, குடைந்து எடுத்ததால் கால்பாகம் நடக்க முடியாமல் உயிர் போவதுபோல வலித்தது. அப்போது வலியை மறக்க நூறு மில்லி சாராயம் அடித்ததும் வலி இருந்த இடம் தெரியாமல் ஓடியே போய் விட்டது.

அந்த நினைப்பு வந்தவுடன் உடம்பெங்கும் உற்சாகம் பாய்ந்து வலியை மறக்கடித்தது. உடனே நாய்க்கரிடம் போய் முன் பணமாக இரண்டு ரூபாய் வாங்கி ஒரு நூறு மில்லி அடித்தால் வலி சொல்லாமல் கொள்ளாமல் ஓடிப் போய்விடும் தன் பிழைப்பையும் காப்பாற்றிக் கொள்ளலாம் என்று நினைத்தவனாய் கால்களைக் கெந்திக் கெந்தி நடந்து கொண்டே நாய்க்கரைத் தேடலானான் பங்காரு.

(பிப்ரவரி 1984)

தளம்: 2

இரண்டு குரல்கள் என்னிடம் பேசின,
முதலாவது குரல் நம்பிக்கையுடன் சொல்லியது:
இந்தப் பூவுலகு ஒரு இனிப்பு மிக்க கேக்
நான் அதை உண்ணுமளவிற்குப்
பசியைத் தருகிறேன்.

இன்னொரு குரல் சொல்லியது:
வா, கனவுகளில் பயணம் செய்ய வா
அறியப்பட்டனவற்றிற்கும் அப்பால்..
சாத்தியமானவற்றிற்கும் அப்பால்..

- பௌதலேர்

எனினும் போகன் வில்லாப் பூக்கள் கவர்ச்சி நிரம்பியவை

ஆகவே கண்ணாடியுள்ளிருப்பவன் நான்தானா என்று சந்தேகமேற்பட்டது. கண்ணாடி ஒரு வசீகரமான — என்னை ஈர்க்கும் — வஸ்து. எந்த இடத்தில் கண்ணாடி தென்பட்டாலும் வெட்கமேயில்லாமல் ஒரு வினாடியாவது என் உருவத்தை தரிசித்தால்தான் ஒரு ஆசுவாசம். சிகையலங்கார நிலையத்தில் முடி திருத்தும் போது கலைஞனோ என்னின் அலங்கோலமோ சுவரில் அறைந்திருக்கும் படங்களோ புலனாகாமல், ஒரு நிலைப்பட்டு என்னையே வெறித்து வெறித்துக் குடைந்து குடைந்து பிரக்ஞை தவறியவனாய் எங்கோ சஞ்சாரித்துக் கொண்டிருப்பவனை முகத்தில் தூறும் தண்ணீர்த் துளிகள் சுயநிலைக்கு இழுத்து வரும். அவ்வப்போது 'தலைசீவுகிறேன் பேர்வழி' என்று போய் உட்கார்ந்து கொண்டால் மணிக்கணக்கில் — கடைக்காரன் ஒரு விதமாய்ப் பார்ப்பதையும் பொருட்படுத்தாமல் — பார்த்துக் கொண்டேயிருப்பேன். வீட்டிலும் அப்படித்தான், பசிப்பது கூடத் தெரியாமல் கையகலக் கண்ணாடியில் மூழ்கிக் கொண்டே யிருப்பேன்.

உள்ளேயிருப்பவன் நான்தானா என்ற கேள்வி குடைந் தெடுக்கும். கண்ணாடியுள்ளிருப்பவன் நான் தான் என்பதற்கு என்ன ஆதாரம்? கண்ணாடி காட்டித்தானே அந்த உருவம் உனக்குப் பரிச்சயம்? கண்ணாடி தப்பு செய்தால்? அசிரத்தையாக இது போன்ற மடத்தனமான கேள்விகளைத்

தள்ளிவிட முயற்சித்தும், முடியாமல் எனக்கே தெரியாமல் நான் என்னுடைய பழைய மார்பளவு புகைப்படங்களைத் தேடி எடுத்துக் கொண்டிருப்பேன். அது கொஞ்ச காலத்திற்கு முந்தியதாதலால் இப்பொழுது கொஞ்சம் மாறியிருக்கும் முடியலங்காரத்தில் வித்தியாசமாகத் தெரிவேன். அந்த கணத்தில் 'ஒரு புகைப் படம் எடுக்க வேண்டும்...' என்ற வாக்கியம் உருவாகும். முடிவதற்குள் ஏராளமான வாக்கியங்கள் அதன் பின்னால் அணிவகுத்து நிற்கும்.

'ஒரு சட்டை தைக்க வேண்டும்...'

'சுருக்கெழுத்து கற்றுக் கொள்ள வேண்டும்...'

'பொன்னுத்துரையை சரிக்கட்டி இந்த வேலையாவது வாங்கித் தொலைக்க வேண்டும்...'

'செருப்பு...?'

'அந்த சாப்ளின் படம்...'

திரைப்படம் பற்றிய நினைவு வந்ததும் செத்துப் போன அந்தக் கிழமை உயிர்த்தெழுந்தது.

திரையரங்கின் தரைவகுப்பு வரிசையில் கால்சட்டை அணிந்து கொண்டு நான் ஒருத்தன் மட்டும். கால்சட்டையணிந்த மற்றெல்லாரும் உயர் வகுப்பு வரிசைகளில். எனக்கு அப்போதைய நிலையில் தலை நிமிரவே கூசியது. தரை வகுப்பு அவ்வளவு கேவலமா என்ன? தெரியவில்லை. இருந்தாலும் ஒரு தாழ்வு மனப்பான்மை. அந்த நிமிஷத்தில் ஒரு கால்சட்டைக்காரன் தரை வகுப்பில் வந்து நிற்க மாட்டானா என்று மனசார வேண்டினேன். எல்லோரும் அவரவர் விருப்பு வெறுப்புகளைத்தான் பேசி நின்றார்கள் என்பது சத்தியம். என்றாலும் என்னையே பழித்துப் பேசுவது போன்று ஒரு உணர்வு. அந்தக் கணத்தில் உலகத்திலேயே மகா கேவலமான ஐந்து போல் உணர்ந்தேன்.

"ச்சே, மனித வாழ்க்கை எவ்வளவு கொடூரமானது பாத்தியா?" என்று கண்ணாடியுள்ளிருப்பவனிடம் வினவினேன்.

"பேசாமல் ஒரு நாவலின் கதாநாயகனாகப் பிறந்திருக்கலாம்" என்று பொருமினான்.

“அய்யய்யோ...” நான் முடிப்பதற்குள் என் நிலையைப் புரிந்து கொண்டவனைப் போன்று,

“இல்லில்லே.. ஒரு கமர்ஷியல் நாவலின் நாயகனாக...” என்று சிரித்தான்.

நானும் நானும் பேசிக்கொண்டால் முடிவேயில்லாமல் பேசிக்கொண்டேயிருப்போம். ஒரு நாள் எங்கள் உரையாடலை அம்மா பார்த்துப் பயந்து போய் விட்டாள். அவசர அவசரமாக இரவை எதிர்பார்த்து அப்பாவிடம் சொல்லிக் கவலைப் பட்டாள். அன்றிலிருந்து அதிகமாக வேலை விசயத்தைப் பற்றி அவர்கள் அலட்டிக் கொள்வதில்லை. அப்பா எப்பவாவது ஒரு நாளைக்கு, முடிந்துபோய் ஒரு வாரமான, வேலையின் நேர்முகத் தேர்வு பற்றி பேச்சுக்குக் கேட்டு வைப்பார். அம்மா சாப்பாடு பரிமாறுகையில் எனக்கு வேலை கிடைக்காமல் இருக்கிறதைப் பற்றிக் கவலையே இல்லாதவள் என்று காட்டிக் கொள்ள வெகு சிரத்தையுடன் சினிமா, நாடகம், தொடர்கதைகள் பற்றியே பேசிக்கொண்டிருப்பாள்.

வேலை கிடைத்து நானென்ன உதறித் தள்ளி விட்டா ஊர் சுற்றிக் கொண்டிருக்கிறேன்..? இன்றைய தேதியில் வெளிவந்து கொண்டிருக்கும் பத்திரிக்கைகளின் புதுக்கவிதைகளைப் பார்த் தால் வேலை நாத்தம் தெரியும்.

நான்கூட வேலை பற்றி ஒரு வித்தியாசமான கவிதை எழுதலா மென்றிருக்கிறேன், எனக்கு நேர்ந்த ஒரு விபத்தை வைத்து:

ஒரு ஞாயிற்றுக்கிழமையில் சீருடையணியாத தபால்காரர் எதிரில் நடந்து வந்து கொண்டிருந்தார். வெள்ளை வேட்டியும் சட்டையும் அணிந்திருந்ததால் சட்டென அடையாளம் கண்டு கொள்ள முடியவில்லை. வயோதிகமான — பழக்கமான— சைக்கிள் தான் காட்டிக் கொடுத்தது. புன்முறுவலுடன், “குட்மார்னிங் சார்...” என்றேன். திடுக்கிட்டு என்னைப் பார்த்தவர், “உங்களுக்கு இன்னிக்கு ஒரு லெட்டருமில்லையே தம்பி...” என்று சொல்லி விட்டு சைக்கிளை மிதித்துக் கொண்டு போய் விட்டார். எனக்கு மின்சாரம் பாய்ந்திருந்த சலவைப் பெட்டியை எடுத்து நடுமண்டையில் வைத்தாற் போல ஒரு ஜிவ்வ்வ்... என்னால் ஜீரணிக்கவே முடியவில்லை. என்னைக் கண்டு பரிதாபப்படுவதா... இல்லை அவருக்காகவா...

மனிதர்கள் இயந்திரமாகிக் கொண்டு வருகிறார்கள். வேலை யிலிருக்கும் ஒவ்வொருவனுக்கும் சதா அவன் துறை பற்றியே நினைப்பு, கவலை. நான் முன்பொரு கவிதையில் சொன்னது போல,

ஞாயிற்றுக் கிழமையில் விடுமுறையைச் சந்தோசமாகக் கழிக்க பூங்காவுக்கு வரும் ஒரு மனிதன், மரங்கள், பூக்கள், பறவைகள், ரம்மியமான வானம் என்று சந்தோசமாய் ரசிப்பான். புல்வெளியில் சாய்ந்து ஆகாசத்தில் தொங்கும் மேகக் கூட்டங்களை ரசிப்பான். அவை, சற்றைக்கொரு முறை விதவிதமான உருவங்களை உருவாக்கி அவனை ஆனந்தக் களிப்பிலாழ்த்தும். அந்த அற்புதமான கணங்களில் ஆழ்ந்து போய் ஆவலுடன் அனுபவித்துக் கொண்டிருப்பவன், சட்டென வெறிப்பான், மேகக் கூட்டத்தில் அவனது அலுவலகம் பூத்திருக்கும்.

எல்லோரும் இயந்திரங்கள்தான்... அதன் பற்சக்கரங்களில் சிக்குண்டு சிதைந்து நெளியும் ஜீவன்கள். என்றால், வயிற்றுப் பிழைப்புக்காக ஒரு வேலையைத் தேர்வதென்பது மனிதனின் சுயத்தை அழித்தலா என்ன? இதற்கான பதில் இனி நான் எழுதப்போகும் கவிதையில்தான் இருக்கிறது... பாருங்களேன், நான் கூட இப்போழுது அதை நோக்கித்தான் போய்க் கொண்டிருக்கிறேன். எனக்கு முன்னாலேயே எத்தனை பேர் காத்துக் கொண்டிருக்கப் போகிறார்களோ.. அதில் எவனுடைய முகம் அந்த பிரம்மாண்டமான இயந்திரத்தின் வடிவமைப்புக்கு ஒத்துப் போகிறதோ..

அதோ அந்த அலுவலகத்தின் இரு மருங்கிலும் செழித் திருக்கும் போகன் வில்லாப் பூக்கள் என்னை வரவேற்கின்றன...

(ஏப்ரல் 1985)

படங்களில் சில முகங்கள்

ராகவன் உட்கார்ந்திருந்த இடத்திற்கு எதிரே ஒழுங்கில்லாமல் அடுக்கப்பட்டிருந்த வரிசையில் சற்றே ஓடுகள் சரிந்த ஒரு வீட்டுத் திண்ணையில் அந்தப் பையன் உட்கார்ந்திருந்தான். கையில் சின்னக் கத்தரிக்கோலை வைத்துக் கொண்டு மிக நுணுக்கமாக காகிதத்திலிருந்த ஏதோ ஒரு உருவத்தை வெட்டிக் கொண்டிருப்பது தெரிந்தது. ராகவனுக்கு பக்கத்தில் போய்ப் பார்க்க ஆசையாக இருந்தது. கண்களை வெறித்தபடி அவனைப் பார்த்துக் கொண்டிருந்தான்.

பையன் அடிக்கடி நழுவி விழும் கால்சட்டை நாடாவை அலட்சியமாகத் தோளில் தூக்கிப் போட்டுக் கொண்டும், முன் நெற்றியில் வழியும் மயிர்க் கற்றைகளை அவ்வப்போது தள்ளி விட்டுக் கொண்டும் கவனம் எங்கும் சிதறாமல் ஒருங்கு குவித்து வேலையிலேயே கருத்தாயிருந்தான். ராகவன் பரபரத்தெழும் ஆர்வத்துடன் காலம் பற்றிய பிரக்ஞையின்றி சுற்றுப்புற சலனங்கள் ஏதும் பாதிக்காமல் பையனையே பார்த்தபடி உட்கார்ந்திருந்தான்.

பையன் கொஞ்சம் கொஞ்சமாய் வெட்டி முழுதாக வேலையை முடித்து அதை ஒரு கையில் தூரத்தில் தூக்கிப் பிடித்து அழகு பார்த்தான். ராகவனுக்குப் பின் பகுதி தெரிந்தது. பாதிபாதியாய் எழுத்துக்கள் வெட்டுப்பட்டிருக்க ஒரு மனித வடிவத்தில் வெட்டப்பட்டிருந்த ஒரு செய்தித்தாள்

தென்பட்டது. செய்தித்தாளில் வந்த ஏதோ ஒரு படத்தின் உருவத்தை மட்டும் கச்சிதமாக வெட்டியெடுத்திருக்கிறான் என்று யூகித்துக் கொண்டான். பையனுக்கு மனசு திருப்தியளிக்க வில்லை போலும். மறுபடியும் படத்தை அழகு படுத்தத் தொடங்கி விட்டான்.

சப்தமில்லாமல் வந்த ஒரு கார் நேற்றுப் பெய்த மழையின் மிச்சத்தை ராகவன் மீது வாரியடித்து விட்டுப்போனது. அந்தக் குறுகிய சந்தில் வாகன நடமாட்டம் இருக்குமென்று அவன் நினைத்துக் கூடப் பார்க்கவில்லை. கால்சட்டையின் கீழ் மடிப்புகளில் சேறு படிந்து விட்டது. கைக்குட்டையில் துடைத்து விட்டான். அது அப்படியே அப்பிக் கொண்டது. காய்ந்தபிறகு தட்டினால் உதிர்ந்து விடும் என்று பக்கத்தில் உட்கார்ந்திருந்தவன் சொன்னான். இன்னதென்று புலப்படாத ஒரு பார்வையை அவன் மீது எறிந்து விட்டு இன்னும் கொஞ்சம் உள்ளே நகர்ந்து உட்கார முடியுமா என்று பார்த்தான். ம்ஹூம் சாத்தியமில்லை. பத்துப் பதினைந்து பேர் நெருக்கியடித்துக் கொண்டு உட்கார்ந்திருந்தனர். அந்தக் காட்சியைப் பார்க்கவே அருவருப்பாய் இருந்தது. சட்டென்று முகத்தைத் திருப்பி வெளியே பார்த்தான்.

பையன் இப்போது அந்தப் படத்தை வீட்டுக் கதவின் மேல் ஒட்டிக் கொண்டிருந்தான். ஒரு துணியால் அழுந்தத் தேய்த்து விட்டான். ஓரத்தில் பரவியிருந்த பசை அழுக்குகளை துணியால் ஒத்தி ஒத்தித் துடைத்து விட்டு கொஞ்சம் தள்ளி நின்று ஒரு பார்வை விட்டான். பையனின் அந்த நேரத்து கண்களைப் பார்க்க மிகவும் ஆசைப்பட்டான் ராகவன்.

படம் இப்போது தெளிவாகத் தெரிந்தது. ஒரு திரைப்பட நடிகன் கராத்தே உடையில் கையை முன்னுக்கு நகர்த்தி காலைப் பின்னுக்கு இழுத்து கராத்தே பாணியில் ஒரு போஸ் கொடுத்து நின்று கொண்டிருந்தான். பையன் படத்தைத் தூரமாக நின்று ரசித்தான். கிட்டத்தில் போய் முறைத்தான். பக்கவாட்டில் நின்று வெறித்தான். கழுத்தை இப்படி அப்படி திருப்பிப் பார்த்தான். ஊவ்வ்வ் என்று சின்னதாகச் சத்தம் போட்டுப் படத்தின் முகத்தில் குத்தினான். ராகவனுக்கு உடம்பெங்கும் ரத்தம் புரண்டு புரண்டு ஓடுகிறாற் போல ஒரு சிறு வலி ஊர்ந்தது.

மூளியாய் இருந்த சுவற்றில் நடுநாயகமாக படத்தை மாட்டி

வைத்தான் ராகவன். "வீட்டுக்காரர் ஆணியெல்லாம் அடிக்கக் கூடாதுன்னு சொல்லியிருக்கார்டா" என்று அம்மா சத்தம் போட்டுப் பார்த்தாள். அவன் கண்டுகொள்ளவில்லை.

'மெலிதான இருட்டு நிரம்பிய அறையில் இருந்த வெளிச்சத்தில் குத்துக் காலிட்டு சுவர்மீது சாய்ந்து கொண்டு புல்லாங்குழல் வாசிக்கும் படத்திலிருந்தவனின்' தோற்றத்தில் கவரப்பட்டு அன்று முழுக்க வீட்டையே சுற்றிச் சுற்றி வந்தான்.

மாலையில் பள்ளிக்கூடம் முடிந்து வீடு திரும்பிய அப்பா படத்தைப் பார்த்து விட்டு, "என்னடாது இருட்டிலே...?" என்றவர் ஒரு கணம் ஒன்றும் புரியாமல் முகத்தைச் சுருக்கிக் கொண்டு, "எவனோ கன்னத்திலே கையை வெச்சிட்டு உக்காந்திருக்கானா...?" என்று கண்டு கொண்ட திருப்தியில் சொன்னவர், "உம்மாதிரியே சனியம் புடிச்சவனத்தான வீட்ல கொண்டாந்து மாட்டுவே..." என்று எரிச்சல் பட்டுக் கொண்டார்.

சதா இயந்திரங்களின் சந்தடியிலேயே உழலும் அண்ணன், மனசைக் கழட்டி ஆலையிலேயே வைத்து விட்டு வந்தவன் போல எந்த வித உணர்ச்சியும் காட்டாமல் வீட்டுக்கு வந்தவன், படத்தை ஒரு வினாடி அலட்சியமாகப் பாத்தவாறே எரிச்சலுடன் முணுமுணுத்துக் கொண்டான். தங்கை உதட்டைப் பிதுக்கிக் கொண்டு போனாள்.

அவன் தன் ஒவ்வொரு அணுவிலும் அந்தப் படத்தை நேசித்தான். வேலை தேடிக் கலைத்த பாதங்களின் உஷ்ணமும், வீட்டாரின் அலகு முளைத்த சொற்களின் பிறாண்டலும், நண்பர்களின் பாசாங்கு போர்த்திய புன்னகைகளின் குரூரமும் தோய மன உளைச்சல்களுடன் வீடு வருபவன் அதனுடைய மோனத் தவத்தில் அமிழ்ந்து போவான். சூரல் நாற்காலியில் சாய்ந்து அதையே பார்த்துக் கொண்டிருப்பதில் ஒரு அலாதியான மகிழ்ச்சி அவனுக்கு. எவ்வளவுதான் துக்கம் விரக்தி என்றாலும் ஓரிரு நிமிடங்கள் அந்தப் படத்தைப் பார்த்தால் போதும். எல்லாவற்றையும் மறந்து சலனமேதுமில்லாமல் பச்சென்று துடைத்து விட்டாற் போல மனசு துலாம்பரமாய் இருக்கும்.

ஒருநாள் அவன் படம் மாட்டப்பட்டிருந்த இடத்தில், சுற்றிலும் சிவப்பு பார்டர் தீட்டப்பட்ட வெண்தாடி வளர்த்திருந்த ஒரு முதியவரின் மார்பளவுப் படம்

மாட்டப்பட்டிருந்துது. அவன் படம் சற்றுத் தள்ளி.

அந்த உதாசீனம் உடம்பெங்கும் உஷ்ணத்தைப் பாய்ச்சியது. விடுவிடென அம்மாவைப் போய் விசாரித்தான்.

"உங்க அண்ணந்தா ஏதோ மாட்டினான்... இப்ப என்னடா குடிமுழுகிப் போச்சி... இப்பிடிக் குதிக்கறே...?" என்று சண்டைக்கு வந்தாள் அம்மா.

"அவன்னா மட்டும் பெரிய கொம்பனா? நான் மாட்டுன எடத்துலதான் வந்து நொட்டணுமா..?"

"என்னடா சொன்னே..? அய்யோ என்னப் பேச்சுப் பேசறான், கால்காசு பிரயோசனமில்லாம ஊர் சுத்திட்டு வந்தாலும் இதிலே அதிகாரம் வேற பண்ண வந்திட்டியா...? தொரைக்கு நாங்கள்ளாம் பதில் சொல்ல முடியாது. இரு, அவனே வரட்டும்..." என்று ஒரேயடியாய் ஒப்பாரி வைத்தாள்.

பேசுவதற்கு முன் கொஞ்சம் சொற்களை அமைத்துக் கொள்ள வேண்டியிருக்கிறது. கொஞ்சம் வாய் தவறி ஏடாகூடாமாகப் பேசிவிட்டால் போதும், உடனே ஒரே அமுக்காய்ப் பிடித்து விடுகிறார்கள். தன் பிரியமான படத்துக்கு நேர்ந்த விபத்தை அவனால் தாங்கிக் கொள்ள முடியவில்லை.

தொடர்ந்த இந்த நினைவுகளின் ஒருநாள் காலையில், தங்கை அவளது ஆடை ஒன்றை மும்முரமாய்த் தைத்துக் கொண்டி ருந்த நேரம், "உமா அப்பிடியே இந்த சர்ட், கிச்சில தையல் விட்டிருச்சு... தெச்சுரு..." என்றுதான் சொன்னான். தங்கை போட்டுப் பிறாண்டி எடுத்து விட்டாள்.

"ஏன் தொரைக்கு என்ன வேலை..? எனக்கு இப்பவே பஸ்சுக்கு டைமாயிடுச்சுன்னு கவலையோட இருக்கேன். அஞ்சு நிமிஷம் லேட்டாப்போனா ஒரேயடியா குடிமுழுகினாப்போல மேனேஜர் மொறைப்பா... இன்னிக்கி ஒரு நாள் ஊர் சுத்தறதை விட்டுட்டு இந்த வேலையாவது உருப்படியா செய்யி.."

எல்லோருடைய கனத்த பாதங்களும் தன் முகத்தில் ஏறி மிதித்து சப்பழிந்து போய்விட்டது முகம். என்ன மாதிரியான வாழ்க்கை இது. பேசாமல் திரும்பி வந்து விட்டான் அவன்.

அப்புறம் ஒரு நாள் வீட்டு முகப்பில் ஒரு அழகான

வெல்வெட் துணியில் 'நல் வரவு' என்று நான்கைந்து கலரில் எம்ப்ராய்டரிங் செய்து தோரணமாய்த் தொங்க விட்டிருந்தாள் தங்கை. வீட்டுச் சுவற்றில் அதிரூபமான ஒரு மயில் தோகை விரித்து ஆடிக்கொண்டிருந்தது. "எப்படியிருக்கு படம்?" என்று கண்ணைச் சிமிட்டினாள் தங்கை.

கொஞ்ச நாளில், பல்வேறு விதமான பறவைகள் வீட்டில் நிரம்ப ஆரம்பித்தன. அண்ணன் சேகரித்து வைத்திருந்த தன் பிரியமான தலைவர்களின் பல்வேறு விதமான மீசை தாடி வளர்த்திருந்த படங்களை அவசர அவசரமாக சட்டம் போட்டு மாட்டினான். அப்பா தன் பழைய காலங்களை நினைவு கூற தூசி படிந்திருந்த போட்டோக்களைத் துடைக்க ஆரம்பித்தார். அம்மா தன் பங்குக்கு பூஜை புனஸ்காரத்துக்கென்று அரைடஜன் சாமி படங்களை மாட்டி ஒரு பக்கச் சுவற்றை ஆக்ரமித்துக் கொண்டாள். இந்தச் சந்தடியில் அவன் படம் சீந்துவாரின்றி மூலையில் குறுகியது.

அதன் பிறகு அவன் வீட்டில் அதிகமாய் தங்குவதில்லை. வீட்டுக்குள் நுழைந்தாலே ஒருசோகம் அடிமனசைப் பிசையும். வீட்டில் கோணல் மாணலாய் படங்கள் ஒரே கச்சடாவாய் மழைபெய்த தெருவில் நடக்கும்போது ஏற்படும் உணர்வு போல் அருவருக்க வைக்கும். தானுண்டு தன் வேலைதேடும் வேலையுண்டு என்று குறுகிக் கொண்டான்.

பிறகொரு நாள் காலையில் கண்ணாடியில் தலைவாரிக் கொண்டிருக்கும்போது தன் படத்தைப் பார்த்தான். படத்தின் மேல் அண்ணனின் சட்டை மாட்டப்பட்டிருந்தது. சர்வ நாடியும் ஒரு கணம் ஒடுங்கிப் போனது. அப்படியே குமைந்து போனான். தனது முகம் முழுவதும் வெட்டிவெட்டி இழுத்தது.

இந்த தகிப்பு எத்தனை நிமிஷம் நீடித்ததோ..? அதிலிருந்து மீண்டவன் படத்தைக் கழற்றி எடுத்துப் பெட்டியில் வைத்தான்.

"**ஏ** சார் நீங்கதான் ராகவனா...?" என்ற சத்தம் பழைய நினைவு களின் எச்சங்களை உதற அவன் அவசரமாக எழுந்து, "ஆமாம்" என்றான்.

அவன் முன்னால் நின்று கொண்டிருந்த அலுவலக உதவியாளன், "அப்பாலிருந்து சத்தம் போட்டிருக்கே.. அப்பிடி

என்னசார் பராக்கு?" என்றான் கிண்டலாய். "போங்க, நீங்கதான் கடேசீ..." என்று சொல்லி விட்டுப் போனான்.

அவன் சுற்றிலும் பார்த்தான், யாரையும் காணவில்லை. எல்லோரும் போய்விட்டார்கள். கண்ணாடியினூடே தெரிந்த அலுவலகத்தில் சிதைந்து போன உருவங்கள் சுறுசுறுப்பாய் இயங்கிக் கொண்டிருந்தன. திரும்பி அந்தப் பையனைப் பார்த்தான். பையன் படத்தைச் சுற்றிலும் சாக்கட்டியால் பார்டர் தீட்டிக் கொண்டிருந்தான். பையனுடைய முகத்தில் பூத்திருக்கும் சந்தோசத்தைத் தட்டிப் பறிக்காமல் அவனுக்காவது நிச்சயம் வேலை கிடைக்க வேண்டும் என்று எண்ணியவனாய் உள்ளே போனான்.

(நவம்பர் 1985)

நவீன கழிப்பிடம்

ஒண்ணுக்குப் போக வேண்டும் போலிருந்தது. தெருவோரத்தில் ஒரு நிர்வாணச் சிறுவன் தன் சின்ன ஆண்குறியைக் காட்டி சர்ரிட்டுக் கொண்டிருந்ததன் விளைவு. இந்த இரண்டு மூன்று மணி நேரமாகவே இந்த உணர்வு தான் மேலோங்கி நிற்கிறது. நானும், ஓரங்கட்ட எங்காவது ஆளரவமற்ற ஒரு குறுகலான சந்து கிடைக்காதா என்று சிறுநீர் அடக்கிய கனத்த அடிவயிற்றைத் தூக்கிக் கொண்டு தேடியபடிதான் வந்தேன். நான் வந்து கொண்டிருந்த இடம் நடைபாதை வியாபாரப் பகுதியாய் ஜன சந்தடி நிரம்பி இறைந்து கிடந்தது. செய்வதறியாமல், ஏதேதோ எண்ணங்களில் மனசை அலைபாயவிட்டு மறக்கடித்துக் கொண்டு வந்தவனை பையன் உசுப்பி விட்டானே...

சிறுவன் குறியை ஆட்டி சிறுநீரில் பாம்பு வாலாய் வரைந்து கொண்டிருக்கும் அழகைப் பார்த்து ஆனந்தத்துடன் ரசித்தேன். சின்னவயதில் பள்ளிக் கூடத்தில் எங்களுக்கு மிகவும் பிடித்தமான விளையாட்டு இதுதான். இடைவேளைக்காய் காத்திருந்து மணியடித்ததும் எல்லோரும் உற்சாகத்துடன் ஓடி சிறுநீர் வாசனை வீசும் மண் தரையில் ஒண்ணுக்கடிப்போம். சகமாணவர்கள் பாம்புப் படம் போடுவார்கள். அதுதானே சுலபம். நான், பறவை ஒட்டகம் யானை போன்ற படங்கள் போட்டு வியக்க வைப்பேன். சகாக்கள் தங்களுடைய பெயரை கோணல் மாணலாய்க் கிறுக்குவார்கள். நான் அச்செழுத்து

மாறாமல் எழுத்துக்கு எழுத்து முட்டாமல் அழகாய்ப் போடுவேன். அப்பொழுது நான் அடைந்த பெருமிதத்தின் ஒளி அந்தப் பையனின் முகத்தில் சொலித்தது.

அந்தப் பையன் சர்வ சுதந்திரமாக பாம்புப் படம் வரைந்து கொண்டிருந்தான். இப்பொழுது மிகவும் கண்டிப்பாகப் போய்த் தீர வேண்டும் போல இடுப்பு வலித்தது. எனக்கு அந்த பையனைப் பார்க்கப் பொறாமையாக இருந்தது... ச்சே சின்னப் பையனாகவே இருந்திருக்கக் கூடாதா? நினைத்த நேரத்தில் நினைத்த இடத்தில் பாம்புப் படம் வரைந்து தள்ளலாமே... அவ்வளவுதானா? உடம்பெங்கும் தீயாய் தகிக்கும் பிரச்சனைகள், மனஅவசங்கள், எதிர்காலம் பற்றிய பயங்கள் எல்லாவற்றிலிருந்தும் விடுதலை. வேலை, நேர்முகத் தேர்வுகளென எந்த அலைச்சலுமிருக்காதே... ச்சே, காலையில் நேர்முகத் தேர்வுக்குப் போன இடத்தில் உருப்படியான காரியமாய் ஒண்ணுக்காவது அடித்துவிட்டு வந்திருக்கலாம்.

தாங்கமுடியாப் பாரத்துடன் இடுப்புப் பகுதி விண்ணித் தெறித்தது. சரி, வேறு வழியில்லை என்று ஒரு முடிவுக்கு வந்தவனாய் பக்கத்தில் ஏதாவது 'நவீன கழிப்பிடம்' இருக்கிறதா என்று பார்த்துக் கொண்டே நடையை எட்டிப் போட்டேன்.

கைவசம் பஸ்சுக்குத்தான் சில்லரை இருக்கிறது. அதையும் ஒண்ணுக்கடிக்க தானமளித்து விட்டால் வீட்டுக்கு நடந்து போக வேண்டி வரும் என்கிற சூழ்நிலை இருந்ததால் எங்காவது இலவசமாய் அடிக்கலாம் என்று பார்த்தால்... இந்தியாவா கொக்கா?

அப்பாடா... நாலைந்தடி தூரத்திலேயே இருந்தது நவீன கழிப்பிடம். அதைப் பார்த்தவுடன் சிறுநீர் கழித்து முடித்து விட்ட திருப்தி மனமெங்கும் பொங்கிவழிந்தது. உடம்பெங்கும் உருவிவிட்டாற் போல ஒரு சந்தோஷம். கால்சட்டைப் பையில் கையை நுழைத்தேன்.

பகீர்...

வெற்றுப் பை... இதென்ன கொடுமை. பதட்டத்துடன் இடதுபையில், பின்பக்கப் பையில், சட்டைப்பையில்... ம்ஹூம்.

வெளியேற்ற நினைத்த சமயத்தில் சிறுநீரை அடக்கும்

போது ஏற்படும் வலியிருக்கிறதே... அதை எந்த ரூபத்தில் சொல்ல? தேளின் கூரிய கொடுக்குகள் விரைப்பையில் நுழைந்து இடுக்கி நெறித்தாற் போல கடு கடுவென்ற நெரி இடுப்புப் பகுதி முழுவதும் அடர்ந்தது.

ஓ.. இப்பொழுது தான் ஞாபகம் வருகிறது. காலையில் நேர்முகத் தேர்வுக்காய்க் காத்திருந்து போரடித்துப்போய், வெளியே வந்து தேநீர் அருந்திவிட்டு, சிகரெட் வாங்கிக் கொண்டு பணத்தை நீட்டியபோது, 'எனக்கு ஒரு சிகரெட் வாங்கு தம்பி' என்று உரிமையாய்த் தோளில் விழுந்தது அந்த அலுவலக உதவியாளனின் கை. சிகரெட், வெற்றிலை பாக்கு என்று மீதிச் சில்லரை வாங்காமலேயே செய்தது கூடப் பரவாயில்லை. அதற்கப்புறம் அரைமணி நேரம் அறுத்துத் தள்ளி விட்டான்.

ஒரு நப்பாசையில் மறுபடியும் மறுபடியும் பைகளில் கையைச் செலுத்திக் குடைந்து பார்த்தேன். சட்டைப் பையில் மட்டும் ஒரு சிகரெட் அகப்பட்டது. அவனிடம் அகப்பட்டு வாழ்க்கையே வெறுத்து சிகரெட் பிடிக்கக் கூட மறந்து ஓடி வந்ததால் மிஞ்சியது.

இந்த சிகரெட்டை வைத்துக் கொண்டு சிறுநீர் கழிக்க அனுமதிப்பானா...?

ச்சே, என்ன அபத்தம்...

இனி என்ன செய்வது?

சிறுநீர் மருந்துக்குக் கூட பயன்படுகிறதாமே, அப்படியிருக்க காசு வாங்குவது எந்த விதத்தில் நியாயம்...?

கைகளைப் பிசைந்து கொண்டு செய்வதறியாமல் தவித்தேன். சிறுநீர் கழிக்கக் கட்டணம் எவ்வளவு என்று பார்த்தேன். சிறுநீர் கழிக்க, மலம் கழிக்க, குளிக்க என்றுதான் போட்டிருந்ததே தவிர கட்டணம் இடப்படவில்லை.

காசுள்ள சிறுநீர்க்காரர்கள் போய்க் கழித்துக் கொண்டும், வெளி வந்து கொண்டுமிருந்தனர். நான் ஒவ்வொருவர் முகத்தை யும் உறுத்து நோக்கியபடி நின்றிருந்தேன். அவர்கள், தன்னிடம் ஏதோ பெற விரும்புகிறான் என்று நினைத்தவனாய் எதிர்பார்த்து நான் ஒன்றும் பேசாமல் நிற்கவே சஞ்சலத்துடன் போனார்கள்.

எவனாவது ஒருவனை அணுகி விஷயத்தைச் சொல்லி சில்லரை கேட்கலாமா..?

மிகக் கஷ்டமான நேரத்தில் எல்லோரும் என்னைப் போல கேனத்தனமாகத் தான் யோசிப்பார்களா?

எனக்குத் தெரிந்தவன் எவனாவது சிறுநீர் கழிக்க வரமாட்டானா யென்கிற நப்பாசையில் எதிர்பார்த்து நின்றிருந்தேன்.

சட்டென ஞாபகம் வந்தவனாய் கண்களில் படபடப்பு மின்ன கையில் வைத்திருந்த சான்றிதழ்கள் அடங்கிய கோப்பை விரித்து வெறி கொண்டவன் போலத் துழாவினேன். கடவுளே, ஒரு நாலணாக் காசு... சான்றிதழ்கள் சான்றிதழ்கள் சான்றிதழ்கள்... இந்த சான்றிதழ்களை வைத்துக் கொண்டு ஒண்ணுக்கடிக்க முடியுமா?

வயிறு முழுவதும் சிறுநீர் பாய்ந்து உப்பி விட்டது போல உணர்ந்தேன். அவை கொஞ்சம் கொஞ்சமாக உடம்பு முழுவதும் பாய்ந்தோடுவது போன்ற அருவருப்பு படர்ந்தது. அந்தக் கணத்தில் ஒருவெறி வெடித்துக் கிளம்பியது. இங்கேயே நடுரோட்டில் ஆண்குறியை எடுத்து சர்ரென்று பீய்ச்சியடித்தால்...?

நினைப்பு அழகாகத்தான் இருக்கிறது... செயல்?

இடுப்புப் பகுதியில் தண்ணீர்ப் பீப்பாயை வைத்துக் கட்டியது போல பாரம் கனத்துக் கொண்டே போனது. இங்கு நின்றிருந்தால் வேலைக்காகாது என்று உணர்ந்தவனாய் பாரத்தை தூக்கிக் கொண்டு ஓட்டமும் நடையுமாய் புறப்பட்டேன். எங்கு பார்த்தாலும் கடைகள், வீடுகள், சனங்கள். பாதையோரத்தில் மின்சாரக் கம்பத்தில் ஒரு நாய் பின் பக்கக் காலைத் தூக்கி ஒய்யாரமாய் ஒண்ணுக்கடித்துக் கொண்டிருந்தது. அதனுடைய சுதந்திரமான சிறுநீர்க் கழிப்பு என் பதட்டத்தை நிறுத்தியது. எனக்குள் ஒரு பரவசம் ஊடுருவியது, அதையே பார்த்தபடி நின்றேன். நவீன ஓவியம் போல கிறுக்கி வைத்திருந்த சிறுநீர்க் கோலத்தின் அழகை அனுபவித்தேன். ச்சே... நாயாய் பிறந்திருக்கக் கூடாதா?

அந்தப் பாதை இப்பொழுது முடிவதாகத் தெரியவில்லை. மக்கள் திரளுடன் நீண்டு கொண்டே போனது. அழுகிய

பழங்களை தள்ளு வண்டியில் வைத்து விற்பனை செய்து கொண்டிருந்த அழுக்கு பனியன் வியாபாரிகள், கும்பல் கும்பலாய் பழங்களில் மொய்த்திருந்த ஈக்களின் மீது பீடி புகையை ஊதிக் கொண்டிருந்தார்கள்.

தகிக்கும் வெய்யிலுக்கு வேலியாய் கோணிப்பையைப் பந்தல் போட்டு போண்டா சுட்டு விற்றுக் கொண்டிருந்தார்கள் பையன் களால் கைவிடப்பட்ட திரேகம் கறுத்த கிழவிகள். ஓட்டைப் பாத்திரங்களை செப்பனிட ஓயாமல் துருத்தியைச் சுழற்றும் கன்றிப்போன ஒட்டடைக் குச்சிக்கைகள். பழைய இரும்புச் சாமான்களைப் பரப்பி வெய்யிலுக்கு நட்டு வைத்திருந்த சாயம் போன நைந்த குடையின் கீழ் அமர்ந்து பூட்டு குடை பேட்டரி ரிப்பேர் கிராக்கியை ஏதிர்பார்த்திருந்த முஸ்லீம் பெரியவர்... வாமன வயிற்றுக்காய் பொருத்திக் கொண்ட முகங்களுடன் மனிதர்கள் மனிதர்கள் மனிதர்கள்... இவர்களுக்கு திடீரென்று அவசரமென்றால் எங்கே ஓடுவார்கள்?

அடங்கியிருந்த வலி மறுபடியும் எழுந்தது. சிறுநீர் சுரப்பிகள் ஓயாமல் சுரந்து பாரத்தின் கனம் அதிகமாகி விட்டாற்போல இடுப்பை ரணகளப்படுத்தியது.

நடைபாதையில் போட்டிருந்த பழைய புத்தகங்களும், அந்த புத்தகங்கள் போலவே ஓரங்கிழிந்து கசங்கிப்போன கடைக் காரனும் வெயில் காய்ந்து கொண்டிருந்தார்கள். அனிச்சையாய் அந்த இடத்தில் நின்று புத்தகங்களைப் பார்வையிட்டேன். புத்தகங்கள் என்றால் எவ்வளவு ஆர்வமாய் இருப்பேன். எத்தனை அற்புதமான புத்தகங்களைச் சேகரித்து வைத்தேன். இது போன்ற பழைய புத்தகங்களைக் கண்டு விட்டால் போதும், சலித்தெடுத்து விடுவேன். ஒரு புதையல் போலக் கிடைத்த எனக்கான புத்தகத்தை கடைக்காரனிடம் பேரம் பேசாமல் அரிய பொக்கிஷம் போல மார்போடு அணைத்து தூக்கிப் போயிருக்கிறேன். தேடித்தேடி புத்தகங்களில்தான் என் வாழ்க்கையே அடங்கியிருப்பதுபோல காலநேரம் தெரியாமல் புதைந்து போவேன். ப்ச்... இப்போதெல்லாம் எதையும் படிக்க முடிவதில்லை. அந்த மனோநிலையே முற்றிலும் மாறிவிட்டது. பரப்பியிருந்த புத்தகங்களில் ஒரு புத்தகத்தின் பெயரை வாய் விட்டுப் படித்தேன்: ‘சிறுநீர் மருத்துவம்’

இனிமேலும் பொறுக்க முடியாது என்கிற கொடூரமான

நிமிஷங்கள் கொத்திப் பிடுங்க மெல்ல ஓட ஆரம்பித்தேன். எந்தப் பாதையில் இறங்கி வளைந்து நெளிந்து குறுக்கில் எதிர்ப்பட்ட சந்துகளில் புகுந்து எப்படி அந்த இடத்துக்கு வந்தேனென்று விளங்கவில்லை. நான் நின்றிருந்த பாதையின் பக்கவாட்டில் ஒரு குறுகலான இடம் அவ்வளவாக ஆளரவம் இல்லாமலும் கள்ளும் முள்ளும் அடர்ந்து சந்து போன்ற தோற்றத்திலும் அலங்கோலமாய்க் கிடந்தது. கடவுளே நன்றி... அவசரமாக கோப்புகளைக் கக்கத்தில் சொருகிக் கொண்டு, ஆயத்தமானபோது சட்டென்று பாதையின் வளைவில் இரண்டு பெண்கள் முளைத்தார்கள். ஆண்குறியின் துவாரத்தில் ஆப்பை வைத்துப் பிளக்கிறாற்போல் வலி பிடுங்கியது. வாய்விட்டு ஓ வென்று அரற்றினேன். பொறு, தாண்டிப்போய்விடுவார்கள் என்று தேற்றிக் கொண்டவனாய் பல்லை நறுமியவாறு அடக்கிக் கொண்டிருந்தேன்.

நடந்து வந்துகொண்டிருந்த பெண்கள் சடக்கென்று என்னைக் கண்ட அதிர்ச்சியில் மிரண்டு போய் நின்று விட்டார்கள். என்னையே உற்றுப் பார்த்தார்கள். நான் தலையைக் குனிந்து கொண்டேன். ஓரிருநிமிஷங்கள் பார்த்த வர்கள் அந்தச் சந்தில் நுழைந்தார்கள். எனக்கு பக்கென்றாகி விட்டது. உள்ளே போய் மறுபடியும் என்னைப் பார்த்து முழித்தார்கள். அப்பொழுதுதான் எனக்கு உறைத்தது. ஓ, நீங்களும் நம்ம கேஸ்தானா...?

நான் அவர்கள் கண்ணுக்குப் படாதவாறு கொஞ்ச தூரம் பின்னுக்கு வந்து நின்று கொண்டு காத்திருந்தேன். நேரம் ஆகிக்கொண்டே போனது. அவர்கள் வருவதாய்க் காணோம். போதாதற்கு அந்த வழியாய் வந்து கொண்டிருந்த வேறு சில பெண்களும் உணர்வு வந்தவர்களாய் உள்ளே போக ஆரம்பித்தனர். நம் நாட்டின் ஒற்றுமையே ஒண்ணுக்குப் போவதில் தான் இருக்கிறது என்கிற கிண்டல் இது போன்ற சந்தர்ப்பங்களில்தான் நிரூபணம் ஆகிறது. இந்த விவகாரத்தைப் பற்றி என் நண்பன் ஒரு கிண்டலடிப்பான்.

"நம்நாடு ஆங்கிலேய ஆட்சிக்கு அடிமைப்பட்டுக் கிடந்த காலம். ஒரு நாள் ஆங்கிலேய துரையும், துரைசாணியும் இரண்டு குதிரைகள் பூட்டிய சாரட்டு வண்டியில் நகர்வலம் வந்திருக்கிறார்கள். சன்னல் ஓரத்தில் உட்கார்ந்து பராக்குப் பார்த்துக் கொண்டுவந்த துரையை ஒரு காட்சி கவர்ந்தது. ஒரு இந்தியக் குடிமகன் தெருவோரத்தில் ஓரங்கட்டி ஒண்ணுக்கடிக்க

உட்கார்ந்திருக்கிறான். உடனே சங்கிலித் தொடர் போல மக்கள் எல்லோரும் அடுத்தடுத்து ஒண்ணுக்கடிக்க ஆரம்பித்து விட்டார்கள். துரையின் சிந்தனைக் குதிரையாகப்பட்டது கட்டறுத்துக் கொண்டு பறந்தது. ஒண்ணுக்குப் போவதிலேயே இந்தியக் குடிமகன்களுக்கு இவ்வளவு ஒற்றுமையென்றால், போராட்டம் என்று வந்து விட்டால்... யோசித்தான் துரை. சுதந்திரத்தைக் கொடுத்து விட்டு ஓடியே போய் விட்டான்."

ஒண்ணுக்கடித்து வாங்கிய சுதந்திர இந்தியாவில் ஒண்ணுக்கடிக்க முடியாமல் போய் விட்டதே என்று வாய்விட்டு அரற்றினேன். வலியின் கடுகடு நெறி கூடிக்கொண்டே போனது. சுற்றிலும் பார்த்தேன். ஆளரவமில்லை. சீக்கிரம் சீக்கிரம் என்று மனசு பரபரத்தாலும் கூடவே, சந்தில் இன்னும் பெண்கள் இருந்து கொண்டிருந்தால்... என்று பயம் எச்சரித்தது. எதற்கும் போய்ப் பார்த்து விடுவோமே என்ற எண்ணங்களில் தடுமாறிக் கொண்டிருக்கும் போதே இரண்டு பெண்கள் என்னைத் தாண்டிக் கொண்டு போய் வாடிக்கையாளர்கள் போல அந்தச் சந்தில் நுழைந்தார்கள். சாத்தியமேயில்லை, ஒரு வேலை அந்த இடம் பெண்களுக்காகவே ஒதுக்கப்பட்டதோ? எப்பிடியிருந்தாலும் இப்போது முடிகிற காரியமாய்த் தெரியவில்லை.

வேறு இடம் தேடலாம் என்றால் மேற்கொண்டு ஒரு அடி எடுத்து வைக்க முடியவில்லை. கட்டுக்கடங்காத வலி. நடந்தால் வயிற்றில் பரவியிருந்த சிறுநீர் மேலும் கீழும் அடித்தது. இனிமேலும் கட்டுப்படுத்த முடியாது. இதோ, அணையுடைத்த காட்டாற்று வெள்ளமாய் பொங்கிப் பாய்ந்து கால்சட்டையை நாசமாக்கிப் பொழிந்து என்னையும் அவமானப்படுத்தும் அபாயம் நிகழ்வதற்கு முன் பாதையோரத்தில் நின்று கண்களை மூடிக்கொண்டு அடித்து விடலாம் என்ற முடிவுக்கு வந்து செயல்படுத்த இறங்கும் தருணத்தில்தான், கடவுளின் கடாட்சம் போல அந்த அற்புதம் தெரிந்தது.

நான் நின்றிருந்த பாதையின் திருப்பத்தில் கிளை பிரிந்து உள்ளோடிய கால்வழித்தடம் போன்ற அந்த இடம் கழிப்பிடத்திற் கென்றே பிரத்யேகமாய் ஒதுக்கப்பட்ட சந்து போல ஓரிருவர் தன் கருத்த ஆண்குறியைக் காட்டிக் கொணடு சாகவாசமாய் பீடி குடித்த வண்ணம் பிரதான பாதையில் போகும் சனங்களை வேடிக்கை பார்த்தபடி மலம் கழித்துக் கொண்டிருந்தனர்.

ஹ்ஹா... ஓடினேன் சொர்க்கத்தை நோக்கி.

நரகலும் சிறுநீரும் படர்ந்து வாசனை குப்பென்று நாசியைத் தாக்கியது. எனக்கு அந்த வாசனை ஓராயிரம் சுகந்த வாசனாதி திரவியங்களை அள்ளிக் கொட்டினாற்போல என்னுள் கமழ்ந்தது. கோப்புகளைக் கக்கத்தில் இடுக்கி கால்சட்டை ஜிப்பை இழுத்து குறியை வெளியே...

திபுதிபுவென்று என் பக்கத்தில் ஒண்ணுக்கடித்துக் கொண்டிருந் தவர் ஓடினார். மலம் கழித்துக் கொண்டிருந்தவர் களும் எழுந்து ஒரே ஓட்டமாய் நரகலை மிதித்துக் கொண்டு ஓடினார்கள்.

கடவுளே... இது மகத்தான கொடுமை. பிரதான பாதையிலிருந்து இரண்டு போலீஸ்காரர்கள் ஓடிவந்து கொண்டிருந்தனர். குறியின் நுனிவரை வந்துவிட்ட சிறுநீரை உள்ளே திணித்து, சிறுநீர்க்குடம் பருத்து வெடித்து விட்டது போல விண்ணித் தெறிக்க அந்தச் சந்திலேயே ஓடி, எதிர்ப்பட்ட குறுகிய சந்தில் புகுந்து, பிரதான பாதையை அடைந்து, எங்கெங்கோ நுழைந்து, ஒரு வீட்டின் கைப்பிடிச் சுவரில் சாய்ந்து, ஷ்ஷ்ஷ்ஷ்... நல்லவேளை. இந்தக் களேபரத்தில் சான்றிதழ் கோப்புகளைத் தவறவிடாமல் பத்திரமாகக் கொண்டு வந்திருக்கிறேனே, அது வரைக்கும் போதும். மாட்டியிருந்தால் எத்தனை அலைச்சல்... இன்னும் உடம்பு நடுங்கி கொண்டுதானிருந்தது.

என்ன அதிசயம்... இது வரை தேகத்தை கொத்திக் கொத்திப் பிடுங்கிக் கொண்டிருந்த ராட்சதவலி, இடுப்பை ஒடித்துப் போடும் கனத்த பாரம் எவற்றின் சுவடுகளும் இல்லை. பயத்தில் சிறுநீர் முழுவதும் ஆவியாகப் போய்விட்டதா என்ன? இன்னும் கால்சட்டை ஜிப் போடாமலேயே இருந்தது, அதைப் போட யத்தனிக்கும் போதுதான் கவனித்தேன், அந்த இடத்தில் அவ்வளவாக ஆளரவமில்லை. அடங்கிக்கிடந்த சிறுநீர் அடக்கிய வலி குபீரென்று வெடித்துப் புரண்டு புரண்டு உடம்பு முழுவதும் ஓடியது. சட்டென்று குறியை வெளியே எடுத்து சர்ரென்று அடித்தேன்.

ஆஹா... அதைவிட வாழ்க்கையில் மகோன்னதமான இன்பம் ஒன்று இருக்கிறதா என்ன...? இந்நேரம் வரை இம்சித்துப் கொண்டிருந்த வலியை அடித்துக் கொண்டு அருவி போல் பொழிந்தது நீர்.

அப்பொழுது சற்றுத் தள்ளிக் கொட்டப்பட்டிருந்த குப்பைக் குவியலில் விழுந்திருந்த ஒரு காகிதம் மெல்லிய காற்றசைவில் என் பக்கத்தில் பறந்து வந்து விழுந்தது. பள்ளிக்கூட மாணவர்கள் படிக்கும் சரித்திரப் புத்தகத்தின் ஒற்றைத்தாள் அது. அதில் இந்தியாவின் வரைபடம் காட்சியளித்தது.

சட்டென்று குறியைத் திருப்பி அதன் மேல் பொழிந்தேன். உடம்பெங்கும் சிலிர்த்து வலியுடன் கூடிய இன்பம் ஊடுருவியது.

(டிசம்பர் 1985)

தளம்: 3

உள்மனத்தில் கிளர்ந்தெழும் சிந்தனைகளையும் உணர்வுகளையும் அறிவுலகு தன்னுடைய மரபு, மதம், ஒழுக்க நியதி, கலாசார மதிப்பு போன்ற ஆயுதங்களால் அடிமைப்படுத்திவிடுகிறது. எனவே முழுமை என்பதும் மெய்மை என்பதும் உள்மனத்தில்தான் இருக்கின்றன. எனவே நனவு நிலையைக்காட்டிலும் நனவற்ற நிலைதான் உண்மையானது, முழுமையானது, எல்லாவற்றையும் விட மெய்யானது. உள்மனத்தின் தடையற்ற சுய இயக்கமே மேலான மெய்யான இயக்கம். இதுவே மெய்யான எதார்த்த நிலை - முழுமையான உண்மை நிலை - சர்ரியலிஸநிலை.

- ஆந்த்ரே ப்ரெடன்

சுவர்

எத்தனை காலமாய் அந்த இடத்தில் உட்கார்ந்திருந்தேனோ தெரியவில்லை. சோம்பலை முறித்துக் கொண்டு எழுந்தவன் வெளியே போக நடந்தேன். எனக்கு முன்னாலிருந்த சுவர் நீண்டு கிடந்தது.

நான் நடந்து கொண்டிருந்தேன். சுவர் எனது நடைக்கு எட்டாமல் நீண்டு கொண்டேயிருந்தது. வெகு நேரமாக நடந்தும் வாயிலை அடையமுடியாமல் திகைத்தபோது தான் நான் உணர்ந்தேன், என்ன ஒரு அற்புதமான மாயாஜால வித்தை அது... நான் நடக்க நடக்க இரு பக்கச் சுவர்களும் நீண்டு முன்னா லிருந்த சுவர் நீண்டு போய்க் கொண்டேயிருந்தது. ஒருகணம் திகைத்துப் போய் அந்த விந்தையைப் பிரமிப்புடன் பார்த்தவன் மனமெங்கும் உற்சாகம் பீறிட்டடிக்க ஓடினேன். பின்னால் திரும்பி ஓடினேன், பக்கவாட்டில் ஓடிப்பார்த்தேன், காலடியில் கிடந்த நிலம் நழுவி ஓடியது. அற்புதமான காட்சி அது. ஓடிஓடிச் சலித்துப் போனவன் உட்கார்ந்து மார்புக் கூடுகளைக் கிழித்தபடி பொங்குகிற இரைச்சலைத் தணித்துக் கொண்டு எதிரே பார்த்தால் ஆசுவாசமாய் அரண்கட்டி உட்கார்ந்திருந்தது சுவர்.

ஆச்சரியம், உவகை, பரபரப்பு என் உடம்பெங்கும் ஊர்ந்து கிடந்தது. ஒரு சிறு பையனுக்கே உரிய விந்தையுடன் அந்த வினோதமான நிகழ்வை ரசித்துக் கொண்டே கிடந்தேன்.

கொஞ்ச நேரம் நடந்தேன். ஓடிப்பார்த்தேன். உருண்டு புரண்டு தவழ்ந்து... ஓ... உற்சாகம், மகிழ்ச்சி, சந்தோஷம் ஒவ்வொரு மயிர்க்காலிலும் பூத்தது. ஆசுவாசமாய் சாய்ந்து அந்த விசித்திரமான செய்கையை எண்ணிப் போய்க் கிறங்கிக் கிடந்தேன்.

அப்பொழுது தான் அந்த அதிர்ச்சி என்னைத் தாக்கியது.

எப்படி அங்கிருந்து வெளியேறுவது?

மனசுக்குள் ஊர்ந்து கிடந்த சந்தோசம் நொடியில் சுருங்க பயப்பாம்பு உடம்பை வளைத்து இறுக்கிய வேகத்தில் சடாரென எழுந்து ஓடினேன். சுவர் ரயில் விசையின் உந்துதலோடு முன்னால் ஓடியது. கால்கள் பின்ன நிலை தடுமாறி வீழ்ந்தவன் உருண்டு புரண்டு தட்டுத் தடுமாறி எழுந்து ஓடினேன். இருதயத்தின் சுருதி நிலைதடுமாறி ஒழுங்கில்லாமல் ஒலிக்க ஓடினேன். அச்சத்தின் அரற்றல் செவிப்பறையைக் கிழித்தெறிய ஓடினேன். தலை கிர்ர்ரிட்டு கீழே விழுந்து உருண்டேன். சுவரின் வலிமையான அரண்கள் பிரம்மாண்டமாய் எழுந்து வானை முட்டிக் கம்பீரமாய் வளைத்து நின்றன.

இனி வெளியே போகவே முடியாதா?

என் பார்வை மங்கியது. மெல்லிய ஸல்லாத்துணி ஒன்று என் கண்களைக் கப்பியது. எங்கும் ஒரே நிசப்தத்தின் நெடி. என் செவிகளில் சப்தஉலகங்களும் மோதித் தெறிப்பது போன்ற இடிமுழக்கம் வெடித்தது. விவரிக்க முடியாத எண்ண ஓட்டங்கள் என் மூலையை அடித்து துவம்சம் செய்தன. அவற்றின் தீவிரத்தை தாங்கும் சக்தியற்று சிரசு பட்டென்று வெடித்துச் சிதறும் உச்சத்திற்கு போயிற்று. ஏதோ ஒரு அமானுஷ்யம் அந்த வேகத்தைக் கட்டுப்படுத்த நிரந்தரமான பைத்தியம் பிடிக்காது தப்பினேன்.

மனதை ஒருநிலைப்படுத்தி எப்படி வெளியேறுவதென யோசிக்கையில் ராட்சதத் தேளின் கொடுக்குகள் போன்ற நிழல் என் மேல் கவிந்தது. தேகமாத்யந்தமும் குலுங்கியது. உடம்பெங்கும் ஊசிகள் நட்டு வைத்தாற்போல மயிர்க்கால்கள் செங்குத்தாக நின்றன. மெல்ல தலையைத் தூக்கி அண்ணாந்து பார்த்தேன். நீல நிறத்தைப் போர்த்திக் கொண்டிருந்த கைப்பிடியளவு ஆகாசத்தில் இரண்டு மூன்று பறவைகள்

ரெக்கைகளை ஆட்டாமல் என்னையே குறி வைத்தவாறு வட்டமிட்டுக் கொண்டிருந்தன. எனக்கு சட்டென கழுகின் ஞாபகமும் அதன் பின்னணியும் மனசுக்குள் வந்து போயின. பைத்தியக்காரத்தனமாய் எழுந்தோடினேன். சுவரும் ஓடியது.

களைத்து விழுந்து கால் முட்டிகள் நிலத்தில் பதிய மண்டியிட்டு உட்கார்ந்து நிலத்தைக் கைகளால் ஓங்கி ஓங்கிக் குத்தினேன். பூமியைக் குடைந்து கொண்டு போகிறவனாய் கைகளால் வெறிவந்தவன் போல பறித்தெடுத்தேன். தோலுரிந்து போய் நகக் கண்கள் பிய்ந்து ரத்தம் நிலத்தில் கசிந்து வலிபிடுங்கும் வரை தோண்டினேன்.

ரத்தம் கொட்டும் கைகளுடன் பூமியில் அப்படியே படுத்துக் கொண்டேன். விபரீதமான எண்ண அலைகள் எல்லையற்ற சமுத்திரம் போல கோஷித்தன. சட்டென ஒரு கோர இடி சிரசில் இறங்கியது.

அப்படியே சுவரை அடைந்தாலும் சுவரில் கதவு பொருத்தப் படாமலிருந்தால்..?

சுரீலென மின்னல் சாட்டை சொடுக்கியது. உள்ளம் முழுதும் கோர கர்ஜனைகள் பேரலை வீசி பிளிரும் காற்றோசையாய் அலைக்கழித்தன. அந்த அலையின் திசை முகட்டிலே கிளைத் திருந்த கையளவு நம்பிக்கை சடக்கென திரவ சப்தத்துடன் உடைந்து விழுந்தது.

அப்படியே கதவு பொருத்தியிருந்தாலும் வெளிப்பக்கமாகப் பூட்டியிருந்தால்...?

மேலும் மேலும் மின்னல் சாட்டையின் நுனி தேகம் முழுவதும் நக்கி எடுத்தது. அதன் நீட்சியில் மாய்ந்து போவதற்கான சூட்சும வழி தென்படவே விபரீதமான எண்ண ஓட்டத்தை அழித்து நான் எப்படி அந்த இடத்திற்கு வந்து அகப்பட்டேனென யோசித்துப் பார்த்தேன். ஏதோ சில காட்சிகள் அரூபமாக நிழலாடின.

மேலே இன்னும் கழுகுகள் இரை பற்றிய குரூரம் பொதிந்த கண்களுடன் வட்டமடித்துக் கொண்டிருந்தன. எந்த மார்க்கமும் இல்லை. சுவரைப் பிளந்து கொண்டு திண்மையான தோள்களுடன் ஒரு பராக்கிரமசாலி தோன்றி தன்னை வாரி வெளிக்கொண்டு போகும் அற்புதம் நிகழாதா

என்று ஏங்க ஆரம்பித்தேன், சக்தியெல்லாம் ஒன்று திரட்டி சப்தம் கூட்டி ஹோ வென்றேன். சப்தத் துணுக்குகள் சுவரில் அறைபட்டு ஹோ ஹோ ஹோ...

அந்த சப்தம் சுவரில் மோதித் தெறித்து விழுந்ததுதான் தாமதம், சுவரில் மெல்லிய வெளிச்சக் கீற்றுகள் கசிந்து விழுந்தன. கத்தியால் கோடு கிழித்தது போல என் முகத்தில் ஒரு ஒளிச் சர்ப்பம் உருண்டோடியது. நிலத்தில் விழுந்த அதன் பளபளப்பு சதுப்பு தளத்தை தங்க மெருகிட்டதுமல்லாது அந்த இடத்தையே பிரகாசமடையச் செய்தது. கவ்வியிருந்த நிசப்தத்தைப் பிளந்து கொண்டு ஒரு ரீங்காரம் கேட்டது. அதன் ஒலி சுவர்களில் அறை பட்டு மகோன்னதமான இசை கசிந்தது.

இது எந்நேரம் வரை நீடித்ததோ... எனக்கு முன்னால் ஒரு சிறிய வண்டு என்னைச் சுற்றி வட்டமடித்தபடி ரீங்காரமிட்டுக் கொண்டிருந்தது. திறந்திருந்த காது மடல்களில் அந்த ரீங்காரம் உறுமியின் வரிச்சலாய் அதிர்ந்தது. அமானுஷ்யமான தன்மையில் என்னை ஆழ்த்திவிட்டு மெல்ல நகர்ந்தது. அந்த சதுரத்தை நான்கே எட்டில் சுற்றியடித்து விட்டுத் திரும்பி என்னிடம் வந்து ரீங்காரித்தது ஏதோ ரகசியம் சொல்வது போல. சொல்லி முடித்த திருப்தியுடன் என்னை விட்டு விலகி சுவரில் கசிந்து கொண்டிருந்த வெளிச்சக் கீற்றுகளின் இடைவெளியில் ஒளியேணியில் ஏறிச் செல்வது போல பறந்து சென்று மறைந்தது.

என்னுடைய உள்ளுணர்வு கடல் அலைபோல கட்டுக் கடங்கா வேகத்தில் புரளுவதை உணர்ந்தேன். நம்பிக்கை ஒவ்வொரு அணுவிலும் கிளைத்துப் படர்ந்து உள்ளமெங்கும் விசுவரூபமெடுத்து நின்றது. கண்களை மூடிக் கொண்டேன். சுவர்கள் மறைந்து புலன்கள் உணரும் உலகம் தோன்றியது.

நான் நடந்தேன்.

(ஜனவரி 1986)

தோற்றம்

என்னைப் பிளந்து கொண்டு அவன் வெளியே வந்து விழுந்தான். உடம்பெங்கும் ரத்தமும் சகதியும் வழிந்தோட ஒரு நூறு வருஷமாய் யாகம் செய்து உருவான ராட்சதனைப் போல முகமெல்லாம் திட்டுத் திட்டாய் அம்மைத் தழும்பு பரவி, கண்களில் குழி விழுந்து பேனாக் கத்தியின் கூர்மையுடன் முளைத் திருந்த அலகு, கழுகின் முகத்தை நினைவூட்டியது. கைகால்கள் சூம்பிப் போய் வயிறு நீர்ப்பூசணி அளவு உப்பி இடுப்பில் தொங்கிக் கொண்டிருந்த ஆண்குறி பருத்து சொத சொதவென வெடித்திருந்த புண்களில் சீழ் வடிந்து கொண்டிருந்தது.

கைகால்களை மூளி முறித்துக் கொண்டவன், மெல்ல நடந்து வந்து ரத்தங்கொட்ட குற்றுயிராய் விழுந்து கிடந்த என்னருகில் மண்டியிட்டு மூச்சுத் துடிப்பைப் பரிசோதித்தான். பிணத்தின் துர்நாற்றம் என் சுவாச கோசங்களில் எகிறியது. எவ்வளவோ பிரயத்தனத்துடன் மூச்சை அடக்கமுயற்சித்தும் பயம் பாய்ந்து மேலும் மேலும் வெடித்துக் கொண்டு கிளம்பியதே தவிற மறைக்க முடியவில்லை. அவன் முகம் நெருப்பிலிட்டது போல சட்டென சிவந்து கொண்டே வந்தது. கண்களிரண்டும் நெருப்புக் கங்குகளாகி சொலித்தன.

“என்ன இன்னும் சாகமாட்டேன் என்கிறாய்... ம்...?” என்று அதட்டினான்.

பயம் பாய்ந்திருந்த உடம்பில் அவன் வார்த்தைகள் நாணேற்றி விட்ட அம்புகளாய் சதக் சதக்.

“ஏன் ஒன்றும் பேசமாட்டேன் என்கிறாய்..? நான் சொல்வது உன் காதில் விழவில்லையா என்ன..?” என்று என்னைப் பிடித்து உலுக்கினான்.

அதிர்ச்சியிலிருந்து மீளமுடியாமல், “சாவதா? நான் எதற்கு சாகணும்..?” என்று ஈனஸ்வரத்தில் குளறினேன்.

என் பேச்சு அவனைச் சென்றடைந்திருக்கும். உடனே ஆவேசப்பட்டவனாய், “என்ன சொன்னாய்? என்னிடத்தில் விளையாடாதே.. என்னைப் பிறப்பித்துவிட்டு நீ இறந்து போய் விடலாம் என்றுதானே இங்கே வந்தாய்..?” என்று கர்ச்சித்தான்.

அந்தக் கோர கர்ச்சனை அந்த பிராந்தியம் முழுவதும் எதிரொலித்து என் மேல் சிதறியதில் கண்கள் சொருகி மாய்ந்து போகும் நிலைக்குத் தள்ளப்பட்டேன்.

“ஏன் மௌனமாக இருக்கிறாய்...? எத்தனை காலங்கள் யோசித்து பிடறியில் விழுந்த மரண அடிகளில் தகித்து, இந்த உலகம் நமக்கில்லை என்ற விடை உடம்பெங்கும் துளைத்தெடுத்து, கொடுக்குகள் முளைத்த தும்பிக்கைகள் குடைந்து குடைந்து தாக்க, ஓடிவந்து என்னைப் பிறக்க வைத்தாய்... நமக்கு விதிக்கப்பட்ட சாபத்தின் பிரகாரம் நீ இறந்து போய் விட வேண்டியதுதானே முறை..?” என்றான்.

“சாபமா...? என்ன சாபம்?” என்றேன்.

“உன் ஞாபக அடுக்குகளில் தேடிப்பார். சாபத்தின் ஜீவ ரகசியம் புலப்படும்...” என்றான்.

என் நினைவுச்சுவடுகளில் அலைந்து குடைந்து பார்த்தேன். எவ்விதத் தடயங்களும் தட்டுப்படவில்லை. இருள் கப்பிய என் முகத்தைப் புரிந்து கொண்டவன் போல சொல்ல ஆரம்பித்தான். சொல்லச் சொல்ல மெல்லிய சீரான ஒளி அவன் முகமெங்கும் படர்ந்தது.

“நான் பிறந்து விட்டால் நீ இறந்துபோய் விடவேண்டும். நம் இருவரில் ஒருவர் மட்டும்தான் உயிர் வாழ முடியும். இது தானே நமக்கு விதிக்கப்பட்ட சாபம்... நான் பிறந்து விட்டேன்..

இனி நீ இறந்து போவதுதானே தர்மம்?”

என் இருட்குகையின் சுவர்களில் அவை அசரீரி போல ஒலித்தன. நான் தலையைப் பலமாக அசைத்தேன். “முடியாது... நான் சாக மாட்டேன்... நான் உயிர் வாழ வேண்டும்... உயிர் வாழ்ந்தே தீர வேண்டும்...” என்று அச்சத்துடன் கத்தினேன்.

“வாழப்போகிறாயா? அப்படியானால் இந்த இடத்திற்கு ஏன் வந்தாய்...? என்னை ஏன் பெற்றெடுத்தாய்...? சொல்.... சொல்...” என்று வெறியுடன் என்னைப் பிடித்து உலுக்கியவன் ஒரு முடிவுக்கு வந்தவனாய் எழுந்து நின்று என்னை வெறித்தான். அவன் கண்களின் வெப்பம் தாளாது பார்வையை திருப்பிக் கொண்டேன். மிகச் சன்னமான மெல்லிய அசாதாரணமான குரலில் சொன்னான், “சரி..போ. திரும்பிப்போ...”

நான் பதட்டத்துடன் கைகளை நிலத்தில் ஊன்றி எழ யத்தனிக்கும்போதுதான் அந்த கண்களைப் கப்பும் பிரகாசமான ஒளி பளீரிட்டது. அடுத்த கணம் உயிரைத் தின்னும் வலி உடம்பெங்கும் ஊர்ந்தது. தீக்கங்குகளை அள்ளிக் கொட்டியது போல திரேகம் முழுதும் எரிந்தது. வெளியெங்கும் கொடுக்குகள் முளைத்த தும்பிக்கைகள் தோன்றி சுழன்று சுழன்று தாக்கின. நான் அலறியடித்துக் கொண்டு எழுந்தேன்.

“என்ன வாழ பிரியப்படுகிறாயா..? போ, ஏன் தயங்குகிறாய் போ...” என்று விகாரமாய் பலத்த ஓசையெழுப்பிச் சிரித்தான்.

அந்தவலி எந்நேரம் வரை நீடித்ததோ. சட்டென ஒரு தேவதையின் க்ளுக்கென்ற சிரிப்பும் அதன் அதிர்வலைகளும் மெல்லிய மயிலிறகின் நெருடலாய் உடம்பை வாட்டிக் கொண்டிருந்த தகிப்பை உரித்தெடுத்துப் போயின. உடம்பெங்கும் இனிய கானம் அதிர்ந்து உடல் லேசாகி அந்தரத்தில் பறந்தது. அந்த மகோன்னதமான கணங்களில் எங்கிருந்தோ அடிமனசில் ஒரு சோகம் வந்தமர்ந்ததும் உடம்பெங்கும் பரபரப்பு ஊடுருவியது.

“முடியாது நான் சாகமாட்டேன்.. நான் உயிர் வாழணும்.. வாழ்ந்தே தீரணும்...” என்று கத்தியபடி ஓட்டமும் நடையுமாய் புறப்பட்டேன்.

விகாரமாய் சிரித்துக் கொண்டிருந்தவன் சட்டென

சிரிப்பை மறந்து எனக்கு முன்னால் வந்து வழிமறித்து நின்றான். விகாரமாயிருந்த முகத்தில் எதிர்பாராத அதிர்ச்சி புடைத்தெழும்பி மேலும் கொடூரமாய்த் தோன்ற ஓரிரு நிமிடங்கள் குழப்பத்துடன் நின்றவன், கால்களை பூமியில் உதைத்துக் கொண்டு கோபத்துடன் கத்தினான்.

"அப்படியானால் நீ சாக மாட்டாய்... பின் எதற்காக இந்த இடத்திற்கு வந்தாய்?"

அப்பொழுதுதான் அந்த இடத்தைக் கவனிக்க ஆரம்பித்தேன். கண்ணுக்கெட்டிய அடிவானம் வரை ஒரு புழு பூச்சி மரம் மட்டை குளம் வீடு ஏதுமில்லை. ஒரே சூன்யம். ஒரு குடை ராட்டினம் போல வானம் என்மேல் கவிந்து கிடந்தது. மேலே வானமும் சூரியனும். கீழே பூமியும் நானும் அவனும். அதன் அதிசயமான அழகில் ஈர்த்துப்போய் பார்த்துக் கொண்டேயிருந்தேன்.

"இந்த இடத்திற்கு வந்தால் நீ இறந்து போய்விடுவாய், நான் பிறந்துவிடுவேன். இது எழுதாக் கிளவி. உனக்குத் தெரியாதா... அல்லது தெரியாதது போல் நடிக்கிறாயா...?" என்று அந்தப் பாழ் வெளியின் சூட்சுமத்தை அவன் விவரித்ததும் அதன் அழகு ஒரேயடியாய் அழிந்து உயிராசை சூழ்ந்து கொண்டது.

"எனக்கு இதைப்பற்றி ஒன்றுமே தெரியாது. இங்கே வந்ததற்காக நான் மன்னிப்பு கேட்டுக் கொள்கிறேன். என்னை விட்டுவிடு. நான் உயிர் வாழ்ந்தே தீரவேண்டும்..." என்று புலம்பினேன்.

"நீ உயிர் வாழ்ந்தால் நான் செத்துப் போய் விடுவேனே..." என்றான்.

"அதற்கு நானென்ன செய்வேன்? என்னை விட்டுவிடு; நான் போகிறேன்..." என்று விலகி நடக்க ஆரம்பித்தேன்.

அவன் முன்னால் வந்து தடுத்து,"நான் சொல்வதைக் கேள்... உன்னால் இங்கே வாழவே முடியாது. எப்பொழுதும் தீயாய் தகித்துக் கொண்டிருக்கும் நீ, பைத்தியம் பிடித்து நார் நாராய் கிழிந்து கொண்டிருக்கிறாய். இந்த உலகத்தில் நீ ஒரு பிணத்தைப் போல நடமாடிக் கொண்டிருக்கிறாய். இதில் நீ சந்தோஷமாக சௌக்கியமாக வாழவே முடியாது. ஏனெனில் இது எனக்கான உலகம். அதனால்தான் சொல்கிறேன்.

செத்துப்போய் என்னையாவது வாழவிடு. நான் மகிழ்ச்சியாக சந்தோஷத்துடன் வாழ்வேன். நீயும் வாழாமல் என்னையும் வாழவிடாமல் செய்வது முறையா...?" என்று கெஞ்சுகின்ற குரலில் பேசினான்.

எனக்கு சாவதைப் பற்றி நினைத்தாலே வருத்தமாக இருந்தது. இந்த வாழ்க்கையில் ஒரு பிடிப்பு இல்லாவிட்டாலும் கூட அது என்னை வசீகரித்து விட்டதே...

என் தோள் மீது கிடந்த அவன் கரம் இறுக்கிக் கொண்டே போயிற்று. அவன் என்னைக் கொன்று விடுமுன் தப்பித்து ஓடிவிட வேண்டும் என்று அவசரமாக மூளைக்கு ஆணை பிறப்பித்தவாறே அவன் கையை விலக்கி ஓடினேன். அவன் ஒரே குதியாய் குதித்து எனக்கு முன்னால் வந்து நின்றான்.

அவன் கையில் இப்பொழுது நீண்டவாள். அதன் பள பள என் முகத்தில் மோதிச் சிதற என் கழுத்தை குறி பார்த்தபடி நின்றிருந்தது. "வா வா.. நம்பிக்கைத் துரோகியே வா..." என்று கண்களில் குரூரம் மின்ன அழைத்தான். உயிர் பயம் ஒவ்வொரு மயிர்க்காலிலும் பற்றிக் கொள்ள நான் பின்னால் நகர்ந்தேன். விஷ்ஷ்ஷ்... சப்தத்தின் ஓசையில் தடுமாறி கீழே விழ, காற்றைக் கிழித்தது கத்தி. நான் கீழே விழுந்தது அவனுக்கு வாகாகப் போயிற்று. ஓங்காரக் கூச்சலிட்டுக் கொண்டு வாளைச் சுழற்றி வீசினான். நான் விலகி உருள நிலத்தைப் பிளந்தது கத்தி. அவன் கன்னா பின்னா வென்று கத்தியை வீசித் தள்ளினான். நான் உருண்டு உருண்டு சமாளித்தேன். ஒரு சமயத்தில் வாள் நிலத்தில் தங்கி விட, அவன் பிடியை விட்டு பின்னால் உருள, செங்குத்தாய் நின்று பள பளவென ஆடியது வாள். ஒரு கணத்தில் இருவர் கண்களும் நேர் கோட்டில் சந்திக்க என் கண்களை அவன் கண்கள் கூசவைத்தன. இருவருக்கும் ஒரேசமயத்தில் சமிக்ஞை செய்தாற்போல் புரண்டெழுந்து வாளை எடுக்க ஓட, கால் தடுமாறி அவன் கீழே விழுந்து உருள, சரக்கென்று நான் வாளை உருவ... அற்புதமான நிமிடங்கள்.

ஹ்ஹா... இப்பொழுது வாள் என்கையில்.

ஆயிரமாயிரம் வேழங்களின் பலம் திமிர்த்தெழுந்தது. அவன் அதற்குள் எழுந்து கைகளை இறுக்கிய வண்ணம் ஆவேசம் கலந்த ஏமாற்றத்துடன் விழிகளில் தீ கனல நின்றிருந்தான். நான் வாளை அவன் மார்புக்கு நேராக ஆட்டியபடி

முன்னேறினேன். அவன் என்னை நோக்கி முன்னேறினான். கைகளை இறுகப் பிடித்துக் கொண்டு வாளை வீசினேன். மார்புக்கு நேராக குறுக்கு வாக்கில் விழுந்தது வெட்டு. ஹே... இதென்ன கொடுமை, ரத்தத்திற்கு பதிலாய் தெறித்து விழுந்தது சீழ். உடம்பெங்கும் பொங்கிப் பரவி நிலத்தில் கொட்டியது. கடவுளே... கீழே விழுந்த ஒவ்வொரு சொட்டு சீழிலும் ஒருவன் தோன்றினான். நான் வெறி பிடித்தவனாய் வாளை சுழற்றிச் சுழற்றி வீசினேன். ஏராளமான அவன்கள் தோன்றி விகாரமான பலத்த சிரிப்புடன் என்னை நெருங்கினார்கள். நான் செய்வதறியாமல் திணறி வாளை வீசி எறிந்து விட்டு ஓட ஆரம்பித்தேன்.

மெல்ல இருள் கவிய ஆரம்பித்ததில் கண்மண் தெரியாமல் ஓடினேன். என் காலடி ஓசையுடன் ஏராளமான காலடி ஓசைகள் தப் தப்பென்று செவிப்பறையைத் தாக்கின. ஓடிக் கொண்டே மெல்லப் பின்னால் திரும்பிப் பார்த்தேன். ஏராளமான பேர் அரிவாள்களோடும், கம்பு ஈட்டி முதலிய கொலைக் கருவிகளோடும் வந்து கொண்டிருந்தார்கள் என்பது அவர்கள் பிடித்துக் கொண்டு வந்த தீப்பந்தங்களின் வெளிச்சத்தில் தெரிய எனக்கு நா உலர்ந்து போயிற்று. கண்கள் சொருகிப்போய் தலை கிர்ர்ரென்று வலித்தது. கால்கள் ஓட மறுத்தன. எனக்கும் அவர்களுக்குமிருக்கும் இடைவெளி குறைந்து கொண்டே வந்தது. சடுதியில் அவர்கள் என்னைச் சுற்றிக் கொண்டு ஓங்காரக் கூச்சலிட்டபடி தாக்கினார்கள். முகமெங்கும் தீப்பந்தங்களால் கருக்கினார்கள். கைகால் வயிறு மார்பு என்று சதைகளைக் கிழித் தெறிந்து ரத்தத்தை வழிய விட்டார்கள். மண்டையில் விழுந்த அடியில் சிவப்பு திரவம் கண்களை மறைக்க நான் வீழ்ந்தேன்.

மணியோசையும் சங்கின் ஓலமும் உடம்பெங்கும் துளைத் தெடுத்து என்னைக் கண் விழிக்க வைத்தது. கண் ரெப்பைகளில் ரத்தம் பிசுபிசுவென்று ஒட்டியதால் பிரிக்க சிரமப்பட வேண்டியிருந்தது. ஆகாசத்தில் முழுநிலவு மல்லாந்திருந்தது. நட்சத்திரங்கள் இறைந்து கிடந்தன. நிலவின் வெளிச்சம் பாய்ந்து சுற்றிலும் பட்டப் பகலாய் சொலித்தது. அந்தப்புறம் இந்தப்புறம் அசையவொட்டாமல் மரணவலி உடம்பெங்கும் விண்ணித் தெறித்தது. கழுத்தில் போட்டிருந்த மாலையின் பாரம் ஒரேயடியாய் கனத்தது. நான் எங்கோ பயணப்பட்டுக் கொண்டிருப்பதாய் யூகித்து பக்கவாட்டில் திரும்பினேன்,

நான் படுத்திருப்பதென்ன பாடையா? என்னைப் பாடையில் கிடத்தி தூக்கிப் போய்க் கொண்டிருந்தார்கள். பாடையின் பின்னால் என்னை அடித்துக் கிழித்தவர்கள் கொலைக் கருவிகளை ஆட்டிக் கொண்டு ஓங்காரமிட்டபடி வந்து கொண்டிருந்தனர். பாடைக்கு முன்னால் சங்கு ஊதிக் கொண்டும் தாரை தப்பட்டைகள் முழக்கிக்கொண்டும் போய்க் கொண்டிருந்தார்கள். அப்படியானால் நான் இன்னும் சாக வில்லையா? என் உடம்பெங்கும் புதுரத்தம் பாய்ந்து ஓடுகிறாற் போன்று ஒரு மயக்கம். எனக்குள் ஒரு புதுத்தெம்பு ஏற்பட்டது. இது எப்படி சாத்தியம்..? எது எப்படியோ எனக்கு சாவு வரவில்லை. அதுபோதும். அந்தச் சண்டாளர்கள் என்னை கொலைக் கருவிகளால் நார் நாராய்க் கிழித்தெறிந்துமே எனக்கு சாவு வரவில்லையென்றால்..?

பாடை ஊர்வலம் முடிந்து இறக்கி வைத்தார்கள். எழுந்து ஓடி விடலாமா என்று பார்த்தால் அசையக்கூட முடியவில்லை. மரம் கணக்காய் படுத்திருந்தேன். தயார் நிலையில் வைக்கப்பட்டிருந்த சிதையில் என் உடலைக் கிடத்தினார்கள். அதன்மேல் ஒரு சில மரக்கட்டைகளை அடுக்கி ஈமச்சடங்கு செய்தார்கள். எல்லாமும் முடிந்தபிறகு கொள்ளி வைத்தார்கள். தொண்டையில் ஆப்பை வைத்துக் கெட்டித்தது போல மூச்சு விடக்கூட முடியவில்லை. இதோ, தீ நாக்குகள் படர்ந்து படர்ந்து நெருங்குகின்றன. விஸ்வரூபமெடுத்திருந்த நம்பிக்கை சிறுத்துக் கொண்டே வந்தது. புள்ளியாய் மறைந்து போகுமுன் செயலில் இறங்கி விடவேண்டும் என்ற பரபரப்பில் கஷ்டப்பட்டு உடலை அசைத்துப் பார்த்தேன். சிதையும் சேர்ந்து ஆடியதில் மேலே எரிந்து கொண்டிருந்த கட்டை சரிந்து கீழே விழுந்தது.

ஆஹா... தப்பித்துவிடலாம். நம்பிக்கை வளர ஆரம்பித்தது. கை கால்களை உதறிப் பார்த்தேன். உதறிய இடங்களில் மரக்கட்டைகள் அடுக்கலைக் கலைத்து விழுந்தன. அப்படி விழுந்ததில் நச்சென்று வைத்து தலைப் பொட்டில் பாரம் அழுத்திக் கொண்டது. வசமாய் மாட்டிக் கொண்டோம் என்ற பயத்தில் சட்டென தலையைப் பக்கவாட்டில் திருப்ப சிதை சரிந்தது. ஆசுவாசப் பெருமூச்சு விட்டேன். தீ எனக்குள் எரிகிறாற் போன்று வெப்பம் கலந்திருந்தது. தீ ஈப்பொழுது மிக அருகாமையில் வந்து விட்டது. நாலாப்புறமும் எரிந்து கொண்டிருந்த மரக் கட்டைகள் விழுந்ததால் சுற்றிலும் தீ சூழ்ந்து கொண்டது. இனி ஒரு துள்ளுத் துள்ளி எழுந்து

ஓடுவதுதான் பாக்கி.

அந்தத் தருணத்தில்தான் எனக்குள் ஒரு தர்க்கம் ஏற்பட்டது.

எழுந்து ஓடி விடலாமா?

செத்துப் போய் விடலாமா?

இந்தத் தீ நாக்குகளுக்குத்தான் என்னைத் தழுவிக்கொள்ள எவ்வளவு ஆனந்தம். அதன் கண்களில் குரூரம் மின்ன எப்படி வெறிக் கூத்தாடுகின்றன...

(மார்ச் 1986)

கானக வாசி

1

என் பார்வை இறுகியது.

கால்களில் வேர்கள் முளைத்து நிலத்தைப் பிளந்து கொண்டு உள்ளே புகுந்தன. உடம்பெங்கும் கரங்கள் துளைத்து வெளியில் அலைந்தன. மேலெங்கும் கனத்த மரப்பட்டையாய் சொர சொரப்பேறிக் கொண்டு வந்தது. தலைப்பகுதி பட்டென்று வெடித்து நான்கைந்து கிளைகளாய் கிளைத்து நின்றது. சற்றைக்கெல்லாம் அந்த கானகத்தில் நான் ஒரு பிரும்மாண்டமான விருட்சமாய் மாறிப்போய் நின்றேன்.

என்றும்போல் அதே ஞாயிற்றுக் கிழமைதான். செங்குத்தாய் ஏறி சரேலித்து இறங்கும்போது, 'சொருள் அடித்துப்பார்' என்று சொல்லும் அதே பள்ளத்தாக்குகள்தான். கானகத்தைச் சுற்றியலைந்து நா வறள தாகம் தணிக்க முகம் புதைக்கும் அதே சுனை, அதே பட்சிகள் கூட்டம். ட்வீக் ட்வீக் கென்று ரெக்கைகளை அடித்துக் கொண்டு செல்கின்றன. இதோ இந்த தாவரத்தின் கனத்த வேர்களில்தான் கானகம் சுற்றிய களைப்பு டன் ஆசுவாசமாய் தலைசாய்ப்பேன்; சூரியனின் மஞ்சள் கதிர்கள் கூட கிளைகளில் புகுந்து தூவானம் போல் என்மேல் விழுமே...

இன்று மட்டும் என்னாயிற்று...?

ஆறு நாட்களும் யந்திரக்கணக்காய் நகரத்தில் உழன்று... மனித விகாரங்களும் நகரத்தின் இரைச்சலும் ஒரே மாதிரியான வாழ்க்கை எதிர்கொள்ளலும் நூறு வருஷம் வாழ்ந்து முடித்த தகிப்பை ஒவ்வொரு எட்டிலும் மீட்டும்... அது ஒரு தலையிடி. ஞாயிற்றுக் கிழமைகளில் மட்டும் மகா சந்தோசமாய் சுத்தமான காற்றை சுவாசிக்க, இறுக்கும் அமைதியை ஏகாந்தமாய்க் கழிக்க, பாசாங்கற்ற அழகின் உன்னதத்தைத் தரிசிக்க கானகம் போவேன்.

சிகரெட் நிக்கோடின், தெருப்புழுதி, மோட்டார் வாகனங்கள் உமிழ்ந்து போகும் புகை, இலைகளின் பிரம்மாண்டமான புகை போக்கிகள்... சின்ன வயசில், அம்மா காலையில் அடுப்புப் பற்றவைத்து சாதம் தயாரிக்கும் போது, நானும் மணியும் அம்மாவின் இருபக்கங்களிலும் உட்கார்ந்து கூதல் காய்ந்து கொண்டிருப்போம். அம்மா கண்ணில் நீர் வர காற்றுக் கூட்டி ஊதிக் கொண்டேயிருப்பாள். புகை என் முகத்தில் வந்து ஏறும். நான் உடனே, 'கோழிமொட்டு தர்ரே அப்பிடியே போ... கோழி மொட்டு தர்ரே அப்பிடியே போ' என்பேன். புகை மணி பக்கம் போகும். அவள் உடனே அவசர அவசரமாக இதையே திருப்பிச் சொல்லுவாள். எங்கள் இருவருக்கும் வெகுகாலமாய் காலை விளையாட்டு இதுவாய்த் தானிருந்தது. புகையை நேசித்ததெல்லாம் அந்தக்காலம். புகைபடர்ந்த நகரத்தில் மூச்சின் ஒவ்வொரு இழுப்பிலும் ஆஸ்த்மா சேகரித்திருந்த சுவாசகோசங்கள் கானகத்தின் புதிய காற்றை உள்வாங்கினதும் கிறங்கிப் போகும்.

பாதையெங்கும் மூலிகை சுமந்த இலைகள் பாதையோர ஜல்லிகள் கிழித்த பாதங்களுக்கு சிகிச்சை அளிக்கும். மரங்களின் அடர்த்தியை காற்றின் அழுத்தம் விஷ்ஷ்ஷ்ஷிக்க, என் வருகையில் கலவரப்பட்ட பறவைகள் ரெக்கைகளை பட பட வென்று அடித்துக்கொண்டு பறக்கும்.

பாதைகள் செங்குத்தாய் ஏறி இறங்கி வளைந்து நெளிந்து பச்சைப்பாம்பாய் நீளும். செங்குத்தான பாதையில் ஏறினதும் சரேலித்து இறங்கும் பள்ளத்தாக்கு சொருள் அடிக்க அழைக்கும். உடனே தயங்காமல் ஆகாச வெளியில் குதித்து மிதந்து பறந்து திரிந்து புல்தரையை அடைவேன். என் வெற்று மேனியை மண்ணும் காய்ந்த இலை சருகுகளும் ஏந்தியிருக்கும்.

உயர்ந்த குன்றின் உச்சியில் அநாயசமாய் ஏறி ஆகாசத்தைத் தொட யத்தனித்து தோற்பேன். சற்று ஆசுவாசமாய் கால்களை நீட்டி உட்கார்ந்து அடிவானம் பார்ப்பேன். சாயங்கால நேரத்து சூரியன் சாகுந்தறுவாயில் அடிவானத்தில் சிதறும் ஒளிப்பூச்சைப் பார்த்துக் கொண்டேயிருப்பேன். எத்தனை முறை பார்த்தாலும் அந்தக்காட்சி எனக்கு அலுப்பூட்டுவதேயில்லை. ஒவ்வொரு முறை பார்க்கும் போதும் அப்போதுதான் புதிதாய்ப் பார்க்கிறாற் போன்ற ஆவல் முகத்தில் ததும்பப் பார்ப்பேன்.

கானகம் சுற்றியலைந்த களைப்புடன் அறையில் சூரல் நாற்காலியில் சாய்ந்திருப்பேன். தூரத்தே தெரியும் தாவரங்களைப் பார்த்தபடி கண்கள் தாரைதாரையாய் நீரை வர்ஷிக்கும்.

சூரியன் உச்சிக்கு வந்ததும் உடம்பு தீக்கணப்பில் வைத்தாற் போல தகிக்க ஆரம்பித்தது. வெக்கைக்கு வேலியாய் கரங்கள் முழுதும் இலைகளைச் சுரந்தேன். சூரிய வெப்பத்துக்கு பயந்து ஒரு உயிரியும் என் காலடி நிழலில் ஒண்டவரவில்லை. மாமிசபட்சிணிகள்தான் ஏதோ உணர்வுடன் மூக்கை உறிஞ்சிக் கொண்டு மோப்பம் பிடித்தபடி என்னைச் சுற்றிச் சுற்றி வந்தன. நான் பயந்து போனவனாய் கரங்களைச் சுழற்றவும், ஒத்தாசையாக காற்றும் சுழன்று சுழன்று அடிக்கவும், சடச் சடவென்ற சத்தத்துடன் மரங்கள் முறிய ஆரம்பிக்கவும் பயந்து போய் ஓட்டம் பிடித்தன.

வெகு பிரயத்தனப்பட்டு என் மாமிசத்தை உருக்கி பூக்களாக மலரச் செய்தேன். அவை சாயம் போனவை போல கொஞ்சமும் மணம் பரப்பாமல் பூத்திருந்தன. வண்டுகள் கூட சீண்டாமல் தூங்கு மூஞ்சியாய் சோர்ந்து வதங்கி வாடிப் போய் உதிர்ந்தன. கதிரவனின் பார்வையில், ஒருசில கருவுற்று பிஞ்சுகளாயின. காற்றின் கனத்த வீச்சை என் இலைக்கரங்களால் தடுத்து, அவைகளை அரிய பொக்கிஷமாய் ஆனந்தத்துடன் பேணிக்காத்து வந்தேன். நாளடைவில் அவை என் ரத்தத்துளிகள் பாய்ந்து சிவந்து போய் அற்புதமான கனிகளாகத் தொங்கின.

நான் யாராவது சுவைஞர்கள் வரமாட்டார்களா என்று எதிர்பார்த்திருந்தேன். நினைத்தது தான் தாமதம், மூன்று பேர் அவ்வழியாய் வந்து என் நிழலில் உட்கார்ந்து கையில்

கொண்டு வந்திருந்த ஏதோ ஒன்றைக் கடித்துத் தின்ன ஆரம்பித்தனர். எனக்குச் சந்தோஷம் பிடிபடிவில்லை. என் கையை ஒரு உலுக்கு உலுக்கி ஓரிரு பழங்களை அவர்கள் எதிரே விழுமாறு செய்தேன். ஒருவன் பாய்ந்து வந்து எடுத்துக் கடித்தான். மற்ற இருவரும் எழுந்து வந்து பிடுங்க, அவன் தராமல் என்னைச் சுற்றிச் சுற்றி வர, ஒருவன் சட்டென்று மேலே நிமிர்ந்து பார்த்து மற்றவனுக்குச் சொல்ல, அவன் உடனே தாவி ஏற மற்றவர்களும் மடமடவென்று ஏற, எனக்கு ஒரே கொண்டாட்டமாயிருந்தது.

அவர்கள் அனாயாசமாய் ஏறி நான்கைந்து பழங்களைப் பறித்துக் கொண்டு கடித்தார்கள். உடனே அவர்கள் முகம் அஷ்டகோணலாய்த் திருகிப் போயிற்று. பழங்களை எறிந்தார்கள். மற்ற பழங்களையும் பறித்துக் கடித்தார்கள். துப்பினார்கள். பிறகு காய்களைப் பறித்துக் கடித்து... கடிக்க முடியாமல் போகவே உடைத்தார்கள். கிளைக்குக் கிளை தாவி பழம் காய் பிஞ்சு பூவென்று கடித்துப் பறித்து துவம்சம் செய்தார்கள். அப்பொழுது தான் தெரிந்தது, அவர்கள் மந்திகள் என்று. ஒரு குரங்கு கிளையில் வாலை முறுக்கி விட்டு தலைகீழாய்த் தொங்கியபடி பழத்தைக் கடித்து கடித்து முகத்தில் பல விதமான சேட்டைகளுடன் துப்பியது. இன்னொன்று ஒவ்வொரு கிளையாய்த் தாவித் தாவிப் பூக்களைப் பறித்து காதுகளில் சொருகிக் கொண்டது.

எனக்கு அழுகை கோபம் அவமானம் அத்தனையும் அசுரத் தனமாய் வெடித்தது. ஒரு வெறியுடன் கரங்களைச் சுழற்றி வீசினேன். தலைகீழாய்த் தொங்கிக் கொண்டிருந்தது பூமியில் அப்படியே 'ணங்' கென்று விழுந்தது. மற்றதும் அப்படியே. இன்னொன்று சரேலென்று கீழே குதித்தது. ஒன்று தலையைப் பிடித்துக் கொண்டு காச்கீச் சென்று ஓடியே போய்விட்டது. மற்ற இரண்டும் கீழே இருந்து கொண்டு பழித்துப் பழித்துக் காட்டின. நான் மறுபடியும் கரங்களை ஓங்கியதும் ஒரே ஓட்டம்.

என் இருத்தல் எவர் கவனத்தையும் கவராமல் நாட்களா மாதங்களா வருஷங்களா என்று விளங்காமல் நின்றிருந்தேன். கவர்ச்சிகரமாய் பூ பூக்கத் தெரியாததாலும், இனிப்பான காய் கனிகள் உற்பத்தி செய்யாமல் போனதாலும் சீந்துவாரின்றிக் கிடந்தேன். சகமரங்களும் என்னோடு சகஜமாகப் பேசுவதில்லை. தானாக வலியப் போய்ப்

பேசினால்தான் உண்டு. ஆரம்பத்தில் என் தோற்ற நிகழ்வில் பயந்து கொண்டிருந்தவை, நான் சகசமாக அவைகளுடன் இன்ப துன்பங்கள் ஜனன விருத்திகள் பற்றியெல்லாம் கதைக்க ஆரம்பித்ததும், சற்று பயம் தெளிந்து நட்பாகப் பேசின. எனினும், உள்ளூர பயந்து கொண்டுதானிருக்கின்றன என்பது என்னோடு பேசும் போது தேகம் வெளிற கிளைகளை ஆட்டாமல் அமைதியாக பவ்வியமாகப் பேசுவதிலிருந்து கண்டு கொண்டேன். மற்றபடி பெயர் தெரியாத பறவைகளெல்லாம் என்மீது எச்சமிட்டுச் சென்றன. அவ்வப்போது அணில் குஞ்சுகள் ஓடிப் பிடித்து விளையாடும். எப்போதோ அரைஞாண் கயிற்றில் அணில்களை மாட்டிக் கொண்டு வந்த வேடச்சிறுவன் ஒருவன், அழகாய் விரிந்திருந்த என் கரத்தைத் தறித்து கவண்கோல் செய்து போனான். என் மாமிசம் ஏதோ பழுங்களாகி சீண்டப்படாமல் அழுகிப் போய் உதிர்ந்து மக்கிப் போனது.

என்றாலும்

நான் ஒரு புகைப்படக் கலைஞனின் வருகைக்காய் காத்து நிற்கிறேன்.

அந்தப் பக்கமாக சமீபத்தில் புகைப்படம் எடுப்பவர்கள் யாராவது வந்தார்களா என்று சக மரங்களைக் கேட்டேன். 'சமீபகாலமாக இல்லையென்றும் தான் இளைஞனாக இருந்த போது அங்கு வந்த ஒருவன், தன் அழகால் கவரப்பட்டு, நின்று, படுத்து, விதவிதமான கோணங்களில் படம் பிடித்துச் சென்றான் என்றும்' பெருமை பிடிபடக் கூறியது ஒரு கிழம்.

ஒரு புகைப்படக் கலைஞன் சதுப்பு இருளில் மூழ்கியிருக்கும் மற்றவையிலிருந்து நான் மட்டும் விசுவரூபித்து நிற்க, ஆகாசத்தைத் துழாவும் என் கரங்களுக்குப் பின்னால் பரவியிருக்கும் அடிவானத்தில், ரத்தம் கக்கிச் சாகும் சூரிய முகத்துடன் என் உருவத்தைப் படம் பிடித்து, விருந்தினர்களை உபசரிக்கும் அறையில் மாட்டி வைத்து ஆனந்தப் பட்டுக் கொள்ளும் அந்தக் கணத்துக்காய் காத்து நிற்கிறேன்.

2

என்றும்போல் சன்னல் ஓரத்தில் சூரல் நாற்காலியை இழுத்துப் போட்டுச் சாய்ந்து கொண்டேன். இனி மாலை

ஆறுமணி வேலைமுறைக்கு தொழிலாளர்களை அழைக்கும் ஆலைச் சங்கொலிதான் என்னை சுயநிலைக்கு இழுத்து வரும். ஞாயிற்றுக்கிழமைகளில் எத்தனையோ பொழுது போக்கு நிகழ்ச்சிகள் இருக்கும்போது ஏன் அறையிலேயே அடைந்து கிடக்கிறாய் என்று நண்பர்கள் ஒவ்வொரு முறையும் வேண்டி அழைப்பார்கள். நான் என்ன மடையனா? மகத்தான அந்த ஒரு நாளையும் இழப்பதற்கு. சன்னலினூடே தெரியும், என்னென்னவோ அற்புதங்களையெல்லாம் மறைத்து வைத்திருக்கிற இந்த கானகத்தின் பல்வேறு பரிமாணங்களைச் சுழன்று சுழன்று பார்த்துக் கொண்டிருப்பதில் இருக்கும் ஒரு அலாதியான சந்தோசம் எனக்கு வேறெதிலும் கிடைப்பதில்லை.

அடிவானில் முளைத்திருக்கும் தூரத்து மரங்களின் நிழற்கரங்கள் நீண்டு நீண்டு சன்னல் கம்பிகளிடையே துழாவும் அழகு. அந்த மரங்கள், அவைகளின் பருத்த தோளுக்குப் பின்னால் சாயங்கால நேரத்துச் சூரியனின் பொன் கிரணங்கள் சிதறிவிழும் அற்புதம். அடிவானம் சிவக்கும் போது பச்சை இலைகளும் சிவப்பாய் நிறம் மாறும் விசித்திரம். இன்னும் சொல்லில் அடைபடாத அற்புதங்களை அடக்கி வைத்திருக்கிற கானகத்தில் தான் கவிந்தது காற்றடிக் காலம்.

காற்றோசை உறுமியது. சடசடவென்று பெருத்த சப்தத்துடன் உடைந்து விழுந்தன கனத்த மரங்கள். கிளைகள் பிளந்தும் முறிந்தும் தொங்கிக் கொண்டு நின்றன. மலர்களும் பிஞ்சு காய்கனி எல்லாம் உதிர்ந்தோடின. கானகமே ஓ வென அரற்றிற்று. ஒரே துவம்சம்.

அப்பொழுதுதான் கவனித்தேன்,

காற்றின் பலத்த அலைகள் அடித்து வீழ்த்தியது கனத்த மரங் களையே. மிருதுவான செடி கொடிகள் லாகவமாய் வளைந்து கொடுத்து தப்பித்துக் கொண்டன.

சட்டென என் மனம் புகைப்படக் கருவியாய் 'க்ளிக்' கிட்டுக் கொண்டது காட்சியை.

(மே 1986)

தளம்: 4

இலக்கியம் என்பது வாழ்வின் உண்மையையோ,
நடைமுறைச்சாத்தியங்களையோ தேடிக்கூறுவது மட்டுமல்ல;
மாறாக, விந்தை மிக்க அதிசயங்களைத் தேடித்தருவது.
எனவே, ஆன்மிக தத்துவத்தைக்கூட சுவாரஸ்யம் மிகுந்த
வினோத இலக்கிய வகைகளில் ஒன்றாகவே கருதலாம்..

- ஹோர்ஹே லூயிஸ் போர்ஹேஸ்

தாத்தாவின் நாற்காலி

உடனே உட்கார்ந்து பார்க்க வேண்டும் போல் என்னுள் எழுந்த ஆசையைக் கஷ்டப்பட்டு அடக்கிக் கொண்டேன். நன்றாகவே செப்பனிட்டிருந்தார்கள். வலதுகைப்பகுதி புதியதாகப் போட்டிருந்ததால் அழுக்குச் சேராமல் தனியாய் பளிச்சென்று தெரிந்தது. இடதுகைப் புறாவைப் போல இதில் செதுக்க வெகு பிரயத்தனப்பட்டிருக்க வேண்டும். ரெக்கையை நிமிர்த்திக் கொண்டிருந்த புறாக்களின் கண்களில் பதித்திருந்த சிவப்புக் கற்கள் பளீரென மின்னின. இரண்டு தோள் பட்டைகளிலும் தோகைகளை இறக்கி நீட்டிக் கொண்டி தலைப் பகுதியில் குசலம் விசாரித்துக் கொண்டிருக்கும் இரண்டு மயில்களில் வலது பக்க மயிலின் முதுகில் ஓடியிருந்த விரிசல் சாமர்த்தியமாக மறைக்கப்பட்டிருந்தது. பையன் ஒருவன் வந்து பிசுபிசுவென அப்பியிருந்த அழுக்கைச் சுரண்ட ஆரம்பித்தான். நான் தாமஸிடம் போனேன். "என்ன சார்... எடுத்துட்டுப் போலாமா, இன்னும் வேலை பாக்கியிருக்கா?"

"ஆயிடுச்சி... பையன் பாலிஸ் பண்ணட்டும் எடுத்துட்டுப் போலாம்" என்றார் தாமஸ்.

ஒருவழியாய் வேலையை முடித்து வாங்கிக் கொண்டு வீட்டுக்கு வந்ததும் அதை எங்கே போடுவதென்பது முதலில் பிரச்னையாக இருந்தது. வராண்டாவில் ஏற்கனவே பிரம்பு நாற்காலி, மோடா, இரண்டு சோபாக்கள் எல்லாம் அடைத்திருந்தன. ஒரு சிம்மாசனம் போல கம்பீரத்துடனிருக்கும்

தாத்தாவின் நாற்காலியை ஒரு ஓரமாகப் போடுவதில் எனக்குக் கொஞ்சமும் உடன்பாடில்லை. எதிரெதிர் இருக்கும் சோபாக்களில் வலதை இடதோடு சரி சமமாகத் தள்ளி மோடாவைத் தூக்கி சோபா ஓரத்தில் போட்டுக் கொண்டிருக்கும்போது அண்ணன் வந்தான்.

“ஏண்டா வாசு காலையிலேர்ந்து அம்மா உன்னைத் தேடிட்டி ருக்கா, எங்கடா போனா...? கெரஸின் வாங்கணுமாம். போயி வாங்கிட்டு வந்துரு போ...” என்று விரட்டியபடி ஒரு ஓரமாய் இருந்த தாத்தாவின் நாற்காலியை முன்னுக்கு இழுத்துப் போட்டு உட்கார்ந்தான்.

நான் புறப்பட யத்தனிக்கும்போது என்னுள் அமானுஷ்ய மான ஒன்று இழுத்துப் பிடிக்க மண்டையில் சிறுபொறி வெடித்தது.

உடம்பு முழுவதும் புசுபுசுவென்று ரோமம் வளர தலையிலிருந்த அடர்த்தியான மயிரெல்லாம் உதிர்ந்து சூப்பிய பனங்கொட்டை யாய் நடுவகிடு விழுந்து வாய் கோணிக் கொண்டு கன்னங்கள் புடைத்து...

கடவுளே இதென்ன கொடூரம்...

ஒரு பெரிய மனிதக் குரங்காகியிருந்தான்... அண்ணன்!

பயத்தில் பட படவென்று அடித்துக் கொண்ட கண்களை அசையவொட்டாமல் கூர்ந்து பார்த்தேன்.

சந்தேகமேயில்லை...

கை கால்களெல்லாம் ஜன்னி வந்தவன் போல் இழுத்துக் கொண்டது எனக்கு. கண்கள் சொருக பிரக்ஞை தவறி இதோ மூர்ச்சித்து விழுந்து விட்டேன் என்கிற சமயத்தில் காச் கீச்சென்று கத்திக் கொண்டிருந்த குரங்கு எம்பிக் குதித்து வந்து என்னைக் கைத்தாங்கலாய்ப் பிடித்த....ான்.

என் கண்கள் தான் என்னை ஏமாற்றி விட்டனவா?

பதைபதைக்கும் முகத்துடன் அண்ணன்.

“டேய் என்னடா ஆச்சு... உடம்பு சரியில்லையா? நல்லாத் தானடா இருந்தே... வாசு...” என்று என்னைப் பிடித்து உலுக்கினான்.

நான் மலங்க மலங்க விழித்தேன். கண்கள் பூத்து விட்டாற்போல ஒரே மயமய... தலை கும்மென்று வலித்தது. தலையைப் பிடித்துக் கொண்டேன்.

"என்னடா தலை வலிக்குதா? ஏதாச்சும் ஒரு வேலை சொன்னா உனக்கு காய்ச்சல் தலைவலி வந்திடுமே..." என்று எகத்தாளமாய் சொல்லிவிட்டு மறுபடியும் போய் உட்கார்ந்தான்.

அண்ணன் மறுபடியும் குரங்காகிப் போனான்.

இந்தக் களேபரத்தில் கவரப்பட்டு வந்த அம்மா, "ஏண்டா வாசு, இங்கென்னடா பண்றே...? ஏய் ஏண்டா அப்பிடிப் பாக்கறே...?"

துணை சேர்ந்த மகிழ்ச்சியில் என் கண்ணின் பாப்பா விரிய, "அம்மா அம்மா... அண்ணனைப் பாரு.." என்று அந்தப் பக்கம் கைநீட்டிக் கத்தினேன்.

என் செய்கையும், கண்களில் தெரிந்த பீதியும் கண்டு பயந்து போனவளாய் அந்தப் பக்கம் பார்த்தாள். அவள் முகத்தில் எந்த மாறுதலும் நிகழவில்லை. திகிலுடன் என் பக்கம் திரும்பி என் வெளிறிப்போன முகத்தைப் பார்த்து, "ஏண்டா, அவனுக் கென்னடா...?" என்றாள் கலவரத்துடன்.

"அண்ணன்.. குரங்காயிட்டான்..." என்றேன் கவலையுடன். குரங்கு சட்டென்று எம்பிக் குதித்து எழுந்தது.

மறுபடியும் அந்த மாயாஜாலம் நிகழ்ந்தது.

இப்போது பழையபடி அண்ணனாகி விட்டான்.

கையை ஓங்கிக்கொண்டு என்னை அடிக்க வந்தவனை "அட அவன் சொல்லீட்டுப் போறான், சும்மார்ரா..." என்று கையமர்த்தி... "நீ வா... கெரஸின் வாங்கீட்டு வருவே..." என்று அந்தச் சூழலின் தீவிரம் தெரியாமல் என்னைப் பிடித்து இழுத்தாள்.

நான் பலவந்தமாய்... "அம்மா ப்ராமிஸா எனக்கு அப்பிடித் தாம்மா தெரியுது" என்று திமிறி அந்த நாற்காலி பற்றிய வினோத மான செய்கையைச் சொல்லிப் போராட, அந்தத் தீவிரம், திகில் கலந்த ஆச்சரியத்துடன் அவர்களை யோசிக்க வைத்தது.

அம்மாவின் முகத்தில் ஆச்சர்யம், ஆவல், விசித்திரம் போன்ற பல சமாச்சாரங்கள் படர ஒரு சிறு குழந்தையைப் போல குதி போட்டுக்கொண்டு, "இர்ரா இர்ரா நான் ஒக்காந்து பாக்கறேன்..." என்று வெகு குதூகலத்துடன் ஓடிப்போய் நாற்காலியில் உட்கார்ந்து கொண்டாள். நான் கண்களைக் கூர்மையாக்கிக் கொண்டு பார்த்தேன்.

அவளது தலை சட்டென மாற்றம் பெற்று உடல் முழுதும் வரிக்கோடுகள் துலங்க... கண்கள் வெள்ளியாய் சிமிட்ட, முதுகுக்குப் பின்னால் வால் அசைந்தாட, நாக்கைத் துழாவி தனது உடல்முழுதும் நக்கிக் கொடுத்தபடி...

அம்மா... ஒரு பெரும் பூனையாகியிருந்தாள்.

மியாவ்... மியாவ் என்ற கீச்சுக் குரல் அவளிடமிருந்து வெளிவந்தது.

"எனக்கு ஒண்ணும் வித்தியாசமாத் தெரியலே.." என்ற அண்ணன், என்னிடம், "உனக்கு எப்பட்றா தெரியுது..?" என்றான்.

நான் பேசாமல் நிற்கவே.. "டேய் அம்மா கேக்குதில்லே... எப்பிடி தெரியறா சொல்றா..." என்று என்னைப் பிடித்து உலுக்கினான்.

நான் "மியாவ்... மியாவ்" என்று கீச்சுத் தொனியில் பாடினேன்.

உடனே, பூனை கால்களை உந்தி என் மேல் பாய்ந்தது; நான் ஓட்டம் பிடித்தேன்.

அடுத்த இரண்டு நாட்களில் என் புகழ் காற்றுவேக மனோவேகத்தில் பரவ ஆரம்பித்தது. அக்கம் பக்கத்து மக்கள் தங்களுடைய இன்னொரு உருவத்தைத் தெரிந்து கொள்ள கும்பல் கும்பலாய் வந்து போன வண்ணமிருந்தனர். சின்னப் பையன்கள் வெகு குஷியாய் கலந்து கொண்டார்கள். அப்பாவும் அண்ணனும் ஒரு இரண்டு நாள் அலுவலகத்திற்கு விடுப்பு போட்டு விட்டு உற்சாகத்துடன் வேடிக்கை பார்த்துக் கொண்டிருந்தனர். துணுக்கு எழுத்தாளன் துக்கடா தாஸன் என்னைப் பற்றி பத்திரிக்கைகளுக்கு எழுதிப் போட்டிருப்பதாக தெரிவித்தான். ஜேம்ஸ், 'ரேடியோ ஸ்டேஷனுக்கு எழுதியிருக்கிறேன். கூடிய விரைவில் பேட்டி

எடுக்க வருவார்கள்' என்றான்.

ஒருநாள் இரவில் அம்மா அப்பாவிடம், "ஏங்க வாசுக்கு வேலை கெடைக்கலேன்னு சும்மா கரிச்சிக் கொட்டினீங்களே, இனிமேப் பாருங்க... அந்தச் சேர்லே ஒக்காந்து பாக்க தலைக்கு இவ்வளவுன்னு வசூல் பண்ணினாப்போதும் உங்க சம்பளத்துக்கு மேலே சம்பாதிச்சிடுவான்.." என்று கம்பீரமாய் பேசிக்கொண்டே இருந்தாள். அப்பா பதிலொன்றும் பேசவில்லை. அம்மா தனது உற்சாகமான பேச்சினூடே கொஞ்சம் சுருதியைக் குறைத்து, "இந்த ஜென்மத்திலே அவனுக்கு வேலை கெடைக்காது... வேலை தேடியே சாகவேண்டியதுதான்னு சுத்திக்கிட்டிருந்த பையனுக்கு கடவுளாப் பாத்துத்தான் இப்பிடி ஒரு வழி காட்டியிருக்காரு... இனிமேல் வசூல் பண்ணீற வேண்டியதுதான்..." என்றாள் தீர்மானமாக.

அம்மாவின் திட்டத்திற்கு நான் ஒத்துக்கொள்ளவில்லை. இருந்தாலும் திடீரென்று கூட்டம் குறைந்து போயிற்று. நான் வெளியே போகும்போது எல்லோரும் என்னைப் பார்த்துச் சிரிக்க ஆரம்பித்தனர். நண்பர்கள் கொஞ்சம் தள்ளியே நின்று இரண்டொரு வார்த்தை பேசிக் கழன்று கொள்வதிலேயே இஷ்டமாய் இருந்தனர். அவர்களின் பார்வையும் எகத்தாளச் சிரிப்புகளும் முனகல் பேச்சுகளும் முதுகை எரித்தன.

ஒருநாள் வெளியே போய் விட்டு வீட்டுக்கு வந்து கொண்டிருந்தபோது தெருவில் விளையாடிக் கொண்டிருந்த சின்னப் பையன்கள் என்னைக் கண்ட மகிழ்ச்சியில், 'ஓவ்வ்வ்' என்று சத்தம் போட்டுக் கொண்டு ஓடி வந்தனர். நான் நின்று திரும்பிப் பார்த்தேன். ஒரு பையன், 'டேய், பைத்தியம் டோய்..' என்றான். எனக்கு உடம்பெங்கும் சுரீலென்றது. கண்களில் ரத்தம் பாய்ந்தது. கோபம் மண்டைக்கு எகிறியது. பற்களை வெறுவிக் கொண்டு முறுக்கேறிய தசைநார்கள் புடைக்கக் கையை ஓங்கினேன். கூட்டம் கலைந்து பின்வாங்கியது. அந்த அதிர்ச்சியைத் தாங்கிக் கொள்ளமுடியாமல் நான் என்பாட்டில் நடந்தேன். பையன்கள் கூட்டம் பின்னாலேயே 'பைத்தியம்... பைத்தியம்' 'அரைக்கிறுக்கு' 'லூஸு' என்று சத்தம் போட்டுக் கொண்டு துரத்தியது. உடம்பெங்கும் சர்ப்பம் கொத்திக் கொத்திப் பிடுங்குவது போன்ற ரணவலி. கண்கள் ஜிவுஜிவென்று எரிந்தன. நா உலர்ந்து போயிற்று. கால்கள் ஓடமறுத்தன. எனக்கும் அவர்களுக்குமிருக்கும் இடைவெளி குறைந்து கொண்டே வந்தது. சட்டென்று திரும்பி கையை

ஓங்கிக் கொண்டு அவர்களை விரட்டினேன். விஷ்ஷ்ஷிக் கொண்டு பறந்து வந்த ஒருகல் முன் மண்டையில் பட்டுத் தலை சுழன்றது; ரத்தம் கண்களைக் கப்ப நான் வீழ்ந்தேன்...

தாத்தா, 'ஏண்டா நாளைக்குச் சாகப்போற கெலடன் நானே வளுசலாட்டம் ஜம்னு இருக்கேன். நீ ஏண்டா கெலடம் மாதிரி நடுங்கறே...' என்று சில்லிட்டுப்போன ஆற்றுத் தண்ணீரில் நின்று கொண்டு கெக்கெக்கெக்கெனச் சிரிக்கிறார். பற்கள் பளீரென மின்னுகின்றன. தும்பைப் பூவைப்போல வெள்ளையாய் இருந்த மீசை சட்டென்று கறுத்துப் போகிறது. ஒரு மகாராஜாவைப் போல முண்டாசை சுங்கு விட்டுக் கட்டிக் கொண்டு சிம்மாசனம் போன்ற பொலிவுடன் அதியற்புதமான சித்திர வேலைப்பாடுகள் செய்த அந்த நாற்காலியில் கம்பீரமாய் உட்கார்ந்து கொண்டு அவர் முன்னால் கை கட்டிக் கொண்டு நின்றிருந்தவர்களின் வழக்கு வியாஜ்ஜியங்களைத் தீர்த்து வைக்கிறார். அவர் பக்கத்தில் நின்று கொண்டிருந்தவன் தூக்கிப் பிடித்து கொண்டிருந்த கியாஸ் லைட் சூர்யப் பந்தாய் தகதகக்கிறது.

அந்த இளஞ்சூடு குளிருக்கு இதமாய் இருப்பதால் நானும் தாத்தாவும் அப்படியே ஆற்றங்கரை மணலில் உட்கார்ந்து கொள்கிறோம். தாத்தா கிளிஞ்சல் பொறுக்கி என் விரல்களுக்கிடையில் வைத்து விசிலடிக்கக் கற்றுக் கொடுக்கிறார். விசில் வழக்கத்திற்கு மாறாக 'சக்சக்' என்கிறது. அம்மா, "செராய் செராயாப் பொளந்துடு" என்கிறாள். அம்மா வழக்கம் போலில்லாமல் ரொம்பவும் பதட்டமாகக் காணப்படுகிறாள். கன்னியப்பன் கோடாரியால் தாத்தாவின் நாற்காலியை சக்சக்கென்று பிளந்து தள்ளுகிறான். அதிலிருந்து ரத்தம் வழிந்தோடுகிறது. அது ரத்தம் இல்லை; வெற்றிலை எச்சில். தாத்தா நாற்காலியில் உட்கார்ந்தபடி வெற்றிலையைக் குதப்பிக் கொண்டு புளிச்புளிச் சென்று எச்சில் துப்பிக் கொண்டிருக்கிறார். நான் பக்கத்தில் அவர் முகத்தையும் ரோட்டையும் மாறி மாறிப் பார்த்துக் கொண்டிருக்கிறேன். ரோட்டில் போகிறவர்களை ஆளாளுக்கு ஒரு பேர் சொல்லுகிறார். குஸ்தி வாத்தியாரை சிறுத்தைப் புலி என்கிறார்; குள்ளநரி என்கிறார் மளிகைக் கடை முதலியாரை; கன்னியம்மாவை கெளுத்திமீன். வெற்றிலை எச்சிலை வாசலிலேயே துப்பியதற்கு சத்தம் போட்டுப் போகிறாள் அம்மா. நான், 'அம்மா?' என்கிறேன். அவர் சுற்றும் முற்றும் பார்த்துவிட்டு மெல்லிய குரலில், 'மியாவ்.. மியாவ்..' என்று

கீச்சுக் குரலெடுத்துப் பாடுகிறார். இருவரும் விழுந்து விழுந்து சிரிக்கிறோம். திடீரென்று "நான் தாத்தா?" என்கிறேன். "நீ என் முயல் குட்டி" என்று செல்லமாய்ச் சொல்லி என் கன்னத்தைக் கிள்ள, நான் இரண்டு கைகளையும் காதுகளைப் போல வைத்துக் கொண்டு 'கீச் கீச்'சென்று அவர் மேல் அணைகிறேன். அவர் உடம்பு ஒரே நாற்றமடிக்கிறது. வௌவால் புழுக்கைகளின் மூத்திர நாற்றம் குடலைப் புரட்டுகிறது. மூக்கைச் சுளித்துக் கொண்டு ஒரே பழைய சாமான்கள் அடைந்திருந்த அந்த அறையில் பேபி சைக்கிளைத் தேடுகிறேன். நான் சின்ன வயசில் உபயோகித்தது. 'சசி, பேபி சைக்கிள் வேண்டுமென்று அடம் பிடிக்கிறாள், உடனே தேடி எடுத்துக் கொண்டு வா' என்று அக்கா கடிதம் போட்டிருக்கிறாள். சிலந்திக் கூடுகள் அப்பி அண்டா வகையறாக்களின் அடியில் தாத்தாவின் நாற்காலி ஒரு கடையாய் சாய்ந்து கிடக்கிறது. நாற்காலியோடு சேர்ந்து தாத்தாவும் மல்லாந்து கிடக்கிறார். என் சகல இயக்கங்களும் தப்பிப் போக நான் பிரமைபிடித்து நிற்கிறேன். ஒரு நிமிஷம்தான். இப்பொழுது தாத்தா இல்லாமல் அதன் கம்பீரம் இழந்து வெறிச்சென்று இருக்கிறது. "ஆமாம், நீங்க பாட்டுக்கு 'இவர் அப்படித் தெரியறார்... அவர் இப்படித் தெரிறார்'னு சொல்றீங்க... அது உண்மைதான்னு நாங்க எப்படி நம்பறது...?" என்கிறான் அந்த ஆல் இண்டியா ரேடியோ ஆசாமி. நான் இந்தக் கேள்விக்கு எப்படிப் பதில் சொல்வதென்று தெரியாமல் விழிக்கிறேன். அவன், 'பைத்தியம்... பைத்தியம்' என்று முணுமுணுக்கிறான். எனக்கு உடம்பெங்கும் உஷ்ணம் பரவுகிறது. அவன்மேல் பாய்ந்து சட்டையைப் பிடிக்கிறேன். அவன் சுதாரித்துக் கொண்டு பக்கத்திலிருந்த பேப்பர் வெயிட்டை எடுத்து என்மேல் எறிகிறான். சட்டென்று புவியீர்ப்பு கீழே கீழே கீழே என்று ஒரேயடியாய் இழுக்கிறது. பூமியின் மடி. உடம்பெங்கும் வலிக்கிறது. அம்மாவின் மடியாயிருந்தால் எவ்வளவு இதமாகயிருக்கும் என்ற உணர்வு வரவே, 'ஹம்மா' என்று முனகியபடி மெல்லக் கண்களைத் திறந்து அம்மாவைத் தேடுகிறேன்...

சசி, "ஹை...மாமாவுக்கு உசுரு வந்தாச்சு" என்று கை கொட்டிக் கொண்டு சத்தம் போட்டாள்.

(ஆகஸ்டு 1986)

தம்பி

என் யு.கே.ஜி பையன் ஆத்மார்த்தன் அன்றும் வழக்கம் போல தன் தம்பியைப் பற்றியே கதைத்துக் கொண்டிருந்தான். நான் உற்சாகம் முகத்தில் ததும்ப மெதுவாக ரசித்துக் கொண்டிருந்தேன். தம்பி ஸ்டூலில் அமர்ந்து வெட்கத்துடன் நகம் கடித்துக் கொண்டிருந்தான். அங்கு வந்த என் மனைவி எங்கள் பேச்சை அலட்சியம் செய்தவளாய் அனாயசத்துடன் ஸ்டூலைத் தூக்கினாள். உடனே, "அய்யய்யோ... அம்மா அம்மா, அதில தம்பி உக்காந்திருக்காம்மா..." என்று அலறியடித்துக் கொண்டு வந்து அவள் கைகளைப் பிடித்தான் ஆத்மா. "வேற வேலையே கெடையாதா அப்பனும் மகனுக்கும்... போடா அந்தப் பக்கம்..." என்று ஆத்மாவை நெட்டித் தள்ளி விட்டு ஸ்டூலைத் தூக்கிக் கொண்டு போய் விட்டாள்.

ஆத்மா கீழே விழுந்து கிடந்த தம்பியைப் பதட்டத்துடன் தூக்கி நிறுத்தி என் மடியில் உட்கார வைத்தான். நான் பதனத்துடன் வாங்கி வைத்துக் கொண்டேன். "தம்பி, அடிபட்டுச்சா... வலிக்குதா...?" என்று கனிவாகக் கேட்டபடி தோளை உடம்பை எல்லாம் நீவி விட்டான். "அழுகாதே... இனிமே அம்மாவோட டூ... பேசவே கூடாது... அழுவாத ஸாமீ...." என்று ஆறுதல் கூறினான்.

நானும், "ராஜா அழுவாதே கண்ணா... இனிமே அம்மா இங்கே வரட்டும்... அடி பின்னி எடுத்தறலாம்... இங்கே வா

உன்னைப் பேசிக்கறோம்..." என்று சுட்டுவிரலை ஆட்டிக் கொண்டு கறுவிய மாத்திரத்தில் என் மனைவி வந்து விட்டாள். "கதை பேசியது போதும், இந்தாங்க... இது மளிகைசாமான் லிஸ்ட்... மார்க்கெட் வரைக்கும் போயிட்டு வந்திருங்க போங்க... சீக்கிரமா போயிட்டுவந்திடுங்க..." என்று விரட்டியபடி என் கையில் பையை ஒப்படைத்து விட்டு உள்ளே போய் விட்டாள்.

நான் ஆத்மாவைப் பார்த்தேன். கன்னங்கள் சாரமிழந்து போய் மஹா பரிதாபமான சோகம் முகமெங்கும் அடர நிராதரவான நிலையை அடைந்தவன், "வா நாம நம்ம எடத்துக்குப் போலாம்... நம்மளோட சேராதவங்களோட நாமும் சேரக்கூடாது..." என்று தம்பியை அழைத்துக் கொண்டு போனான்.

ஆரம்ப காலங்களில் என் மனைவியும் மிக்க ஆர்வத்துடன் தான் இந்த விளையாட்டில் கலந்து கொண்டிருந்தாள். தம்பிக்குப் பாலூட்டுவாள். தொட்டிலில் போட்டுத் தாலாட்டுவாள். தம்பியைத் தூக்கி எடுத்து அந்தரத்தில் போட்டுப் போட்டு பிடிப்பாள். தம்பியுடன் தொட்டு விளையாட்டில் கலந்து கொள் வாள். கிண்ணத்தில் சாதம் பிசைந்து ஊட்டும் போது தம்பிக்கு ஒரு வாய், ஆத்மாவுக்கு ஒரு வாய், என்று மிக உற்சாகமாக பங்கெடுத்துக் கொண்டிருந்தவள், நாளாக நாளாக இது சலித்துப் போய் அலட்சியம் செய்ய ஆரம்பித்தாள். எனக்கும் ஆத்மாவுக்கும் சலிக்கவேயில்லை.

தம்பி பிறந்த கதை அற்புதமான கதை.

என் மனைவி தம்பியை வயிற்றுக்குள் வைத்துக் கொண்டிருந்த ஒரு நாள்.

இருள் மெல்ல கவிந்து கொண்டிருந்த வேளையில் என் மனைவி கட்டிலில் படுத்திருந்தாள். ஆத்மாவுக்குத் தூக்கம் பிடிக்காமல் கட்டிலைச் சுற்றிச் சுற்றி விளையாடிக் கொண்டிருந் தான். ஏதேதோ நினைவுகளில் சூரல் நாற்காலியில் சாய்ந்து கொண்டிருந்த என்னை அவர்களின் சம்பாஷணை ஈர்த்தது.

"வயித்துமேலே ஏறதடான்னா பாரு. மறுபடியும் மறுபடியும் வந்து ஏர்ரே... அடி வேணுமா?"

"ஏ… வயித்துமேல ஏறினா என்னவாம்? நான் அப்பிடித்தான் ஏறுவே…" என்றபடி வயிற்றில் கால் வைக்க, என் மனைவி சட்டென காலைப் பிடித்து தூக்க, அவன் பொத்தென்று கட்டிலில் விழுந்து அழ ஆரம்பித்தான்.

அவனைத் தூக்கி எடுத்துப் பக்கத்தில் படுக்க வைத்து "என் கண்ணில்லே என் தங்கமில்லே.. செரிசெரி போச்சாது, அப்பாவை அடிச்சி போடலாம்.. அழுவாதே சாமி." என்றாள். ஆத்மா டக்கென்று "அப்பாவா அடிச்சா..? நீதானே தள்ளி உட்டே…" என்று அழுகையினூடே தலையைச் சிலுப்பிக் கொண்டு சொன்னதும் எனக்குச் சிரிப்பு வந்து விட்டது.

நான் எழுந்து போய் அவர்களருகில் உட்கார்ந்து கொண்டு, ராஜா, அம்மா வவுத்துக்குள்ளே குட்டிப்பாப்பா இருக்கிறா… நீ மிதிச்சா அவளுக்கு வலிக்குமா இல்லியா…?" என்று அவன் முகத்தருகில் செல்லமாகச் சொல்லி கன்னத்தை நிமிண்டினேன். என் மனைவி சட்டென அவன் முகத்தை தன்பால் திருப்பி, "குட்டிப்பாப்பா இல்லடா… குட்டித்தம்பி…" என்றாள். இது குறித்து இருவருக்கும் தினமும் வாக்குவாதம் நடந்து கொண்டிருக்கிறது.

ஆத்மா மெல்ல அழுகையை நிறுத்தியவனாய் ஆர்வத்துடன் கேட்டான். "அம்மா தம்பி எப்பிடிம்மா இருப்பான், உம்மாதிரியா, எம்மாதிரியா, அப்பா மாதிரியா?"

"உம்மாதிரிதான் என் ராசா…"

"ஏம்மா தம்பி ஸ்கூலுக்கு வருவானா?"

"ம்… வருவான்"

"தம்பி சரவணம் மாதிரி கிரிக்கெட் வெளையாடுவானா?"

"ம் வெளையாடுவான்"

"கொய்யா மரம் ஏறுவானா?"

அவள் சுத்தில்லாமல் யந்திரம் போல பதில் சொல்லிக் கொண்டிருந்தது என்னுள் ஏதோ ஒரு உணர்வை ஏற்படுத்த இடையில் புகுந்தேன்.

"எந்த மரம் வேணாலும் ஏறுவான்… ஒரே ஜம்ப்ல கொய்யா மரம் ஏறி கொய்யாப் பழம் உனக்கொண்ணு

அம்மாவுக்கொண்ணு எனக்கொண்ணு பறிச்சிட்டு வந்து கொடுப்பான்...” ஆத்மாவுக்கு என் பதில் பிடித்துப் போகவே என் பக்கம் சாய்ந்தான்.

“ஏம்பா, தம்பி சைக்கிள் ஓட்டுவானா?”

“ஓ... உன்னைப் பின்னாடி வெச்சிட்டு சைக்கிளை அப்படியே வேகமா ஓட்டுவான்... பஸ் லாரியெல்லாம் சைடு வாங்கீட்டு பயங்கரமா ஓட்டுவான்...”

“பெரிய சைக்கிள்லயா?”

“பெரிய சைக்கிள் சின்ன சைக்கிள் எல்லாத்திலயும்...”

“அப்பா தம்பியை சாமிநாதன் அடிச்சிப் போடுவானா?” இதுவரை கம்பீரமாய் வந்து கொண்டிருந்த குரல் கம்மிப் போயிற்று.

“தம்பியை யாராலும் அடிக்க முடியாது... அவன்தான் எல்லாரையும் அடிப்பான். டிஷூம் டிஷூம்...” என்று அவன் வயிற்றில் குத்தினேன்.

நெளிந்து கொண்டே என் நம்பிக்கையில் சமாதானமாகாமல் கேட்டான்.

“ராஜாமணியை?”

“எல்லோரையுமே...”

“அடேங்கப்பா... எங்க மிஸ்ஸை கூடவா?”

நானும் என் மனைவியும் பக்கென்று சிரித்து விட்டோம். அதில் ஊடுருவியிருந்த பலஹீனத்தைப் புரிந்து கொண்டவன் போல, “அதானே பாத்தேன்... எங்க மிஸ்ஸை யாராலும் அடிக்க முடியாது... அதுதான் எல்லோரையும் அடிக்கும்...” என்று தீர்மானமாகச் சொன்னான்.

“ஆனா தம்பியை யாரும் அடிக்க முடியாது...” என்றேன்.

திடீரென ஞாபகம் வந்தவனாய், “தம்பிக்கு என்னென்ன வெளையாட்டு தெரியும்..?” என்று ஆர்வம் முகத்தில் கொப்புளிக்கக் கேட்டான்.

“எல்லா வெளையாட்டும் தெரியும்” ஆனாயசமாய்

சொன்னேன்.

"அம்மா அம்மா... தம்பியை எறக்கி உடும்மா... நாங்க வெளையாட்றோம்..." என்று எழுந்து உட்கார்ந்து கொண்டான்.

என்னிடமிருந்து குபீரென்று வெடித்துச் சிதறிய சிரிப்பால் என் மனைவி சங்கடத்துக்குள்ளாகி நெளிந்து கொண்டு சிரித்தாள்.

"அம்மா அம்மா, எறக்கி உடுமா..." என்று காலைப் பிடித்துக் கொண்டு சிணுங்கினான் ஆத்மா.

நான் அவனை அணைத்துக் கொண்டு "ராஜா... தம்பி எறங்கறதுக்கு இன்னும்..." மனசுக்குள் கணக்குப் போட்டுப் பார்த்து, "ஏழுமாசம் ஆகும்... அப்பறமா வெளையாடலாம்..." என்றேன்.

அவன் அழ ஆரம்பித்தான். என் மனைவி அவனைக் கட்டிலில் படுக்க வைத்து கதை சொல்லிப் பார்த்தாள். பயங்காட்டினாள். எழுந்து விளையாட்டுச் சாமான்களை எடுத்து விளையாட்டுக் காட்டினாள். தின்பண்டங்கள் எடுத்துக் கொடுத்தாள். அழுகை நிற்பதாகத் தெரியவில்லை. என்மனைவி அடிக்கக் கையை ஓங்கியதும் அழுகை பலமானதேயொழிய குறைந்த பாடில்லை. நான் வாங்கி சமாதானப்படுத்த ஏதேதோ வித்தைகள் காட்டியும் பயனில்லாமல் எரிச்சல் வந்தது.

"கண்ணா, தம்பி தூங்கீட்டிருக்கான்.. நாளைக்குத்தான் எந்திரிப்பான்... நாளைக்கு எந்திரிச்சதும் அப்பறமா தம்பியோட வெளையாடலாம்... என்ன செரிதானா...?" என்றேன். அவன் உடனே அழுகையை நிறுத்திக் கொண்டு அம்மாவின் அடிவயிற்றில் காதை வைத்து உற்றுக் கேட்டான். "ஆமாப்பா தம்பி தூங்கறாப்பா..." என்றான் கிசுகிசுப்புடன். அவன் முகம் மகிழ்ச்சியில் பிரகாசித்தது.

நான், "பாத்தியா, தம்பியெல்லா தூங்கறான்... நீயும் படுத்துத் தூங்கு ராசா... எங்கே கண்ண மூடிட்டு தூங்கு பாக்கலாம்..." என்று ஒருவாறாய் சமாதானப்படுத்தினேன். அவனுள் ஏமாற்றம் நிறைந்திருந்தாலும் மகிழ்ச்சி அதை மறைத்துவிட அம்மாவோடு படுத்து கண்களை மூடிக் கொண்டான். கையால் தம்பியை அணைத்தவாறு தூங்கினான்.

அடுத்த நாள் சென்டிமெண்டாய் தம்பி இறங்கி விட்டான். என் மனைவிக்கு கருச்சிதைவு ஆகிவிட்டது. அவள் காலையில் விஷயத்தை வருத்தத்துடன் தெரிவித்த போது எனக்கு அதிர்ச்சியில் உடலெங்கும் அதிர்ந்தது. கனவுகள் கனவுகளாகவே போய் விட்ட துயரம் உள்ளமெங்கும் விரவி உஷ்ணத்தைப் பாய்ச்சியது; மனசு வரண்டுபோய் சோகத்தின் துயர வலைக்குள் உழன்று கிடந்தநேரம் வந்து காலைக் கட்டிக் கொண்டான் ஆத்மா.

“அப்பா அப்பா… தம்பி எங்கப்பா?”

கண்களில் நீர் விசுக்கென தளும்பி நின்றது. முகத்தை வேறு பக்கம் திருப்பி மறைத்துக் கொண்டு அவனைப் பார்த்தேன். அவனைப் பார்த்தால் தூங்கி எழுந்து வந்தவன் போல முகம் சோபை இழந்து சோம்பல் முறித்துக்கொண்டு இல்லாமல், முகமெங்கும் ஆர்வத்தின் ஒளி மினுக்கிக் கிடக்க கைகால்களை துரு துருவென்று ஆட்டிக் கொண்டு உற்சாகம் கலந்த பதட்டத்துடன் நின்றிருந்தான். என் மௌனம் அவன் பரபரப்பை அதிகப்படுத்தவே அம்மாவிடம் தாவினான்.

“அம்மா அம்மா, தம்பியை ஏறக்கி உட்டியா? எங்கம்மா தம்பி?” அவள் காலைக் கட்டிக்கொண்டு குதித்தான். என் மனைவியின் அழுகை ஆத்திரமாக மாறிற்று.

“போடா சனியனே… நீ வாய் வெச்சதிலே தான் இப்படியாய் டிச்சி…” என்று அவனை இழுத்துத் தள்ளி விட்டாள்.

அவன் தடுமாறி விழுந்து திக் பிரமை பிடித்தவனாய் அழ ஆரம்பித்தான்.

“ஏய், அவனையேண்டி அடிக்கறே? ஏதோ நடந்துடுச்சின்னா அதுக்கு அவன் என்னடி பண்ணுவான்… நீ வாடா ராஜா…” என்று அவனை மார்போடு தழுவிக் கொண்டேன். அவன் அழுகையினூடே விக்கி விக்கி “அப்பா… தம்பி எங்கப்பா… நான் அவனோடே வெளையாடணும்…” என்றான். எனக்கு அழுகை உடைத்துக் கொண்டு வந்து விடும் போலிருந்தது. ஏமாற்றத்தின் இடியை அந்தப் பிஞ்சு மனசு தாங்குமா? அவன் ஆசைகளை அடித்து நொறுக்கி துவம்சம் செய்ய விரும்பவில்லை.

“தம்பி வெளையாடப் போயிருக்காம்பா… அவன் வந்ததும்

நாம மூனு பேரும் வெளையாடுவோமா... ம்..?" என்றேன்.

அதுதான் நான் செய்த பெரிய தப்பு.

"தம்பி வெளையாடற எடத்துக்கு என்னையும் கூட்டிப் போ..." என்று அழுகையை உச்சஸ்தாயிக்கு உயர்த்தினான். நானும் பேச்சை மாற்ற என்னென்னவோ தகிடுதத்தங்கள் செய்து பார்த்தேன். நான் அவனைக் கூட்டிக் கொண்டு வெளியே போனாலொழிய அழுகை நிற்பதாகத் தெரியவில்லை. "உன்பாடு உங்கப்பாபாடு" என்று அவள் சமையலறைக்குப் போய் விட்டாள். நான் அவனைக் கூட்டிக் கொண்டு வெளியே கிளம்பும்போது என்னுள் ஒரு ஐடியா பளீரிட்டது.

"இதபாரு தம்பி வந்துட்டாம்பாரு..." என்றேன் கண்களில் அற்புதம் விரிய.

ஆத்மா ஆர்வமாக "எங்கே எங்கே" என்று கேட்டபடி சுற்று முற்றும் பார்த்தான்.

"இதபாரு. அட இங்கே பாரு..." என்று வெற்றுவெளியில் கைகளைத் துழாவி பையனைத் தூக்குவது போல பாவனை செய்து அந்தரத்தில் தூக்கிப் பிடித்துக் கொஞ்சினான்.

"டேய் தம்பி... அதுக்குள்ளே வெளையாடிட்டி வந்துட்டியா? திருட்டுப்பயலே, கிரிக்கெட் வெளையாடினயா? இதென்னடா தலையெல்லா ஒரே மண்ணு புழுதி... ப்பூ..ப்பூ.." என்று காற்றுக் கூட்டி ஊதிவிட்டேன். "என்ன சாமிநாதனை அடிச்சிப் போட்டியா? ஹ்ஹாஹ்ஹா ஆமா ஆத்மாவை உட்டு நீ மட்டும் எப்பட்றா வெளையாடப் போனே...? பாரு...நீ உட்டு வெளையாடப் போயிட்டேன்னு ஆத்மா அழுதிட்டிருக்காம் பாரு... இனிமேல் அவனை உட்டு வெளையாடப் போகாதே..." என்றபடி முகத்தில் பல்வேறு விதமான பாவனைகளுடன் கொஞ்சி... "எங்கே அப்பாவுக்கு ஒரு முத்தம் குடு... ம்... ஆத்மாவுக்கு..." என்று அவன் பக்கம் திருப்ப, அவன் வினோதமான ஆர்வத்துடன் முகத்தை நீட்டி முத்தத்தைப் பெற்றுக் கொண்டான்.

"ம். செரிசெரி, ரண்டு பேரும் போயி வெளையாடுங்க... ஆத்மா, இந்தா தம்பியைக் கூட்டிப்போ" என்று ஆத்மாவிடம் கொடுத்தேன். அவன் மெல்ல தயங்கிக் கொண்டு கைகளை நீட்டி விசித்திரமாக வாங்கிக் கொண்டான்.

பின்வந்த நாட்களில் தம்பியை அழைத்துக் கொண்டு ஸ்கூலுக்குப் போனான். தம்பி பறித்துக் கொடுத்ததாக கொய்யாப் பழங்கள் கொண்டு வந்து கொடுத்தான். தம்பியை சின்ன சைக்கிளிலே வைத்துக் கொண்டு தெரு முழுக்கச் சுற்றினான். 'தம்பி வீணாக சண்டைக்குப் போகமாட்டான் என்றும், வந்த சண்டையை விடமாட்டான் என்றும், தன்னோடு மல்லுக்கு நின்ற சாமிநாதனையும் மற்ற எதிராளிகளையும் அடித்து விரட்டி விட்டதாகவும்' பெருமை பிடிபடக் கூறினான். 'ஸ்கூலில் யாரும் தம்பியோடு சேருவதில்லை என்றும், தன் சகாக்களிடம் தம்பியைப் பற்றிக் கூறினால் கேலியும் கிண்டலும் செய்து சிரிக்கவே தம்பியை யாருக்கும் அறிமுகப்படுத்தாமல் தானும் தம்பியும் மட்டுமே விளையாடிக் கொள்வதாய் சொன்னான். தம்பியும் அவனும் வினோதமாய் பேசிக் கொள்வதைக் கண்டு என் மனைவி, "நீங்க கெட்டது போதாதா? பையனையும் பைத்தியக்காரனாக்கனுமா?" என்று சத்தம் போட்டாள். ஆத்மா அடம் பிடிக்காமல் சோறு தின்ன, பாடம் படிக்க தம்பி உபயோகப்பட்டதால் அவளும் சகித்துக் கொண்டாள்.

நாளாக நாளாக விசித்திரமான நிகழ்ச்சிகளையெல்லாம் கூற ஆரம்பித்தான். ஸ்கூலில் மிஸ், குருவி ஓவியம் எப்படி போடுவது என்று கிளாஸ் எடுத்துக் கொண்டிருந்திருக்கிறாள். முதல் நிலையில் 'ந' என்ற உயிர்மெய்யெழுத்தைப் போட வேண்டும்; இரண்டாவது நிலையில் அதன் மூக்கை கூராகச் செதுக்கி பின் பக்கம் வளைவு செய்து கழுத்து அமைக்க வேண்டும்.. என்று கொஞ்சம் கொஞ்சமாய் விரிவாக்கி கண், மூக்கு, இறக்கை, கால்கள் என்று பத்தாவது நிலையில் ஒரு அழகான குருவி காட்சியளிக்கும். ஆனால், தம்பியோ, 'முதல் நிலையில் போட்ட 'ந' வே போதும் என்றும், அதை பத்தாவது நிலைவரை நீட்டவேண்டிய அவசியமில்லை' என்றும் வாதாடியிருக்கிறான். மிஸ் மூக்கின் மேல் விரல் வைத்து நிற்கும் வியப்பின் உச்சியில் போய் நின்று கொண்டு பேயறைந்தது போல முழித்திருக்கிறாள்.

எனக்குக் கொஞ்சம் கொஞ்சமாக பயம் ஏற்பட ஆரம்பித்தது. என் அறைக்குள் நுழைந்து என்னுடைய புஸ்தகங்களையோ, மற்ற விஷயங்களையோ தொடக்கூடாது என்றும் ஒழுக்கமாக பாடப் புத்தகங்களை மட்டுமே படிக்க வேண்டும் என்றும் எச்சரித்து விட்டேன். அவன் உடனே பழைய சமையலறையைச் சுத்தம் செய்து தன் அறை என்றான்.

அவனுடைய சமாச்சாரங்களையெல்லாம் அதில் ரொப்பிக் கொண்டான். அவ்வப்போது வினோதமான சம்பவங்கள் விசித்திரமான சமாச்சாரங்கள் நிறைய அவனிடமிருந்து வெளிப்படும்போது இது எங்கு போய் முடியும் என்று பயம் மண்டையை உலுக்கும்.

நான் அவன் அறைக்குள் பிரவேசித்தபோது இன்னும் தம்பியை சமாதானப் படுத்திக் கொண்டிருந்தான். “ஆத்மா, மார்க்கெட் வர்ரியா?” என்றேன். அவன் ஒன்றும் பேசாமல் முகத்தைத் திருப்பிக் கொண்டான். நான் பக்கத்தில் போய் அவன் முகத்தைத் திருப்பி கைவிரல்களால் கேசத்தைக் கோதி தாஜா செய்தேன்.

“அட அவகெடக்கறா... நாம மார்க்கெட் போலாம் வா... போ.. போயி, ட்ரஸ்சேஞ்ச் பண்ணீட்டு ரண்டு பேரும் வாங்க போங்க...”

தம்பியையும் சேர்த்துக் கொண்டதில் ஆத்மாவுக்கு ஒரே குஷி. “இருப்பா வந்திடறோம்...” என்று வீட்டுக்குள் ஓடினான்.

அறையைப் பார்வை விட்டேன். சுவரில் ஆணியடித்து தோள் பை மாட்டப்பட்டிருந்தது. அதற்குக் கீழே பாடப் புத்தகங்கள் அழகாக அடுக்கப்பட்டிருந்தன. அதன் ஓரத்தில் விளையாட்டுச் சாமான்கள். மூலையோரத்தில் சின்ன சைக்கிள் கம்பீரமாக நிறுத்தப்பட்டிருந்தது. வலது பக்க ஓரத்தில் களிமண் கொட்டியிருக்க பக்கத்திலிருந்த சின்ன பிளாஸ்டிக் டப்பாவில் இருந்த தண்ணீர் மரக்கலரிலிருந்தது. அதன் ஓரத்தில் சதுரவாக்கில் பலகையாக ஒரு கருங்கல்... அதில் களிமண் படிந்திருக்க அதனடியில் முடிந்தும் முடிக்காமலும் களிமண் பொம்மைகள் சிதறியிருந்தன. ஆத்மா வந்து சேர்ந்தான்.

“அப்பா, போலாமா?”

“ஆத்மா, பொம்மையெல்லாம் செய்வியா? எனக்குக் காட்டவேயில்லே...”

“இல்லப்பா இதெல்லாம் தம்பி செஞ்சது...”

“ஓ... செரி எங்கே பாக்கலாமே...” பொம்மைகளை நோட்டம் விட்டுக் கொண்டே வந்தவன் ஒரு பொம்மை வித்தியாசமாய்த் தெரியவே எடுத்துப் பார்த்தேன்.

“இமா இதென்ன பொம்மை?”

“அது ஒத்தக் கண்ணுப் பிச்சைக்காரன்”

குச்சி குச்சியான இரண்டு கால்கள்; கால்களுக்கு மேல் ஒரு மனிதத்தலை; முகத்தில் தாடியும் மீசையும் கீறப்பட்டடிருந்தது; ஒரு கண் இருந்த இடத்தில் வெறும் குழி. தலைப்பகுதியிலிருந்து இரண்டு கைகள் குச்சிகளைப் போல முன்னால் நீட்டிக் கொண்டிருக்க கைகளின் மணிக்கட்டுப் பகுதியிலிருந்து... கமண்டலம்தானே அது...? முளைத்திருந்தது. ஹா... உடலெங்கும் புல்லரித்தது. பிரமித்துப் போனேன்.

ஓரிரு நிமிஷங்கள் வெறித்தபடி நின்றிருந்தவன்,

“இந்த பொம்மைக்கு வயிறு மட்டும் வெச்சிருந்தா அற்புதமா இருந்திருக்கும்...” என்றேன்.

“அதுவா... அவன் கையில கழட்டி வெச்சிருக்கானே... அதான் வயிறு” என்றான்.

என் மண்டைக்குள் சம்மட்டி அடி விழுந்தது. அவனைப் பற்றி ஏதேதோ விவரிக்க முடியாத ரூபங்கள் மனமெங்கும் வியாபித்துத் திரிந்தன. ஜீனியஸ் ஆஃப் தி ஏஜ்.

“தினமும் இந்தப் பிச்சைக்காரனை ஸ்கூலுக்கு போறப்ப வாறப்ப பாப்பம். ‘வயித்துக்கு ஏதாச்சும் போடுங்க தரும தொரே...’ ம்பான்; அவனோட பேச்சு வயித்தையே கழட்டி கைல புடிச்சிருக்கிற மாதிரி தெரியும்...”

எனக்கு உடனே அவனுடைய எல்லாப் பொம்மைகளையும் பார்க்கவேண்டும் போல ஆர்வம் பரபரத்தது, சம்மணமிட்டு நிலத்தில் உட்கார்ந்து கொண்டேன்.

அவனைத் தினம் ஸ்கூலுக்கு சுமந்துபோகும் சைக்கிள் ரிக்ஷாவும், ரிக்ஷாக்காரனும்; கிரிக்கெட் மட்டையுடன் ஒரு பையன்; மாடுகள் இல்லாமல் அவிழ்த்த விடப்பட்ட வண்டி; மிட்டாய் விற்கும் கூடைக்காரக் கிழவி; மனிதத் தலைகள், கைகள், வண்டிச் சக்கரங்கள்... ஒரு மனிதத் தலையை கையில் எடுத்து, “இதுதான் தம்பி...” என்றான் ஆத்மா.

முகம் மொழு மொழுவென்று உருண்டையாக கொஞ்சம் கூர்மையான மூக்குடன் அகலமான நெற்றியை சிகை

மறைக்காமல் மேலே தூக்கி சீவியிருந்தது. இதழ்களில் குறுநகை இழையோட ஒரு கம்பீரத்துடனான அலட்சியம் பொதிய அந்தத் தலை காட்சியளித்தது, என்னுள் இன்னும் ஏதேதோ விரிந்தது "அப்பா, அம்மா சத்தம் போடறதுக்குள்ளே போயிட்டு வந்திடலாம் வாப்பா..."

இருப்பினும் எனக்கு அந்த அறையை விட்டு வருவதற்கு மனசில்லை. துருவித்துருவி ஆராய்ந்தேன். எத்தனையோ அற்புதங்களை தன்னுள் அடக்கிக் கொண்டு அமைதியாக இருப்பது போல் பட்டது. "அப்பா போலாமா?" என்று கையைப் பிடித்து இழுத்தான் ஆத்மா.

போகும் வழியில் ஆத்மாவுடன் ஏதும் பேசவில்லை. அவனும் தம்பியும் உரையாடிக் கொண்டு வந்தார்கள். எனக்குள் அவனைப் பற்றிய சூட்சும ரூபங்கள் தனக்குள் பயங்கரத்தை புதைத்துக் கொண்டு பிரம்மாண்டமாய் விரிந்து படர்ந்தன. அவனை நினைத்துப் பெருமைப்படுவதா அல்லது கவலை கொள்வதா என்று விளங்காமல் உள்ளுக்குள் ஒரு போராட்டம் நிகழ்ந்து கொண்டிருந்தது. ஆயாசத்துடன் நீண்டதொரு பெருமூச்சு கிளம்ப அதிலிருந்து மீண்டபோது வேறொரு பயம் சேர்ந்து கொண்டது. 'இவன் ஸ்கூல் வாழ்க்கை எப்படி இருக்கிறது?'

"ஆத்மா, நேத்திக்கு உங்க மிஸ் என்ன பாடம் நடத்தினாங்க...?"

"தெரியலேப்பா, நான் ஸ்கூல் போய் ஒரு வாரமாகுது"

சாட்டையின் நீண்டநாவுகள் உடம்பெங்கும் சொடுக்கி எடுத்தன. ரோட்டில் ஸ்தம்பித்துப் போய் நின்று விட்டேன்.

"என்ன... என்ன சொன்னே? ஸ்கூலுக்குப் போறதில்லையா அடப்பாவி... பின்னெங்கடா போறே?"

எனக்கு வந்த கோபத்தில் அவனை அடித்து உதைத்து நொறுக்கலாம் போல ஆத்திரம் பொங்கிப் பீறிட்டுக் கொண்டு வந்தாலும், இதற்கு அவன் என்ன வினோதமான பதில் சொல்லப் போகிறானோ என்று ஆர்வத்துடனான கவலையுடன் அவன் முகத்தை உற்று நோக்கினேன்.

ஸ்கூலில் ஒரே மாதிரி தினமும் போய் உட்கார்வதும், டங் டங்கென்று மிஸ் வந்து ஏ,பி,சி,டி சொல்லச் சொல்வதும்,

அவர்கள் ஒப்பிப்பதும், ரைம்ஸ் மனப்பாடம் செய்து ஒப்பிப்பதும், எழுதிக் காட்டச் சொன்னால் எழுதிக் காட்டுவதும் மறுபடியும் மறுபடியும் இதேதானா என்று தம்பிக்கு ஒரேயடியாய் சலித்துப் போய்விட்டது. 'உனக்கு சலிப்பாக இல்லையா' என்று ஆத்மாவைக் கேட்டேன். அப்பொழுது தான் அவனுக்கும் உறைத்தது. தனக்கும் சலிப்பாகிக் கொண்டு வருகிறதென்று. அடுத்த நாள் ஆத்மா அம்மாவிடம் சொன்னான். "தம்பி கிம்பியெல்லாம் பறந்துடுவீங்க... ஏண்டா அவ்வளவு திமிரா? ஸ்கூல் பிடிக்காம போய்டிச்சா? ஒழுங்கா ஸ்கூலுக்குப் போகாட்டி சூடு போட்ருவேன்... கழுதை..." என்று கோரத்தாண்டவமாடவே தம்பி ஆத்மாவை அடக்கி விட்டான். இருவரும் ஒழுங்காக நல்ல பிள்ளையாய் ஸ்கூல் போனார்கள். ஸ்கூல் வாசலில் ரிக்ஷா இறக்கி விட்டதும் எல்லாப் பிள்ளைகளும் ஹோவென்று சத்தம் போட்டுக் கொண்டு ஸ்கூலுக்குள் போக ஆத்மாவும் தம்பியும் மட்டும் வெளியே கால்போன போக்கில் நடந்தார்கள். சற்று தூரத்தில் பூங்கா எதிர்ப்பட்டது. அதன் அமானுஷ்ய தோற்றமும், பறவைகளின் சீச்சொலியும் பச்சைப் பசேலைப் போர்த்திக் கொண்டு ஆகாயத்தை நோக்கி சரேலித்திருந்த மரங்களின் கிளைகளும் அசைந்து அசைந்து வரவேற்றன. நிலமெங்கும் செடி கொடிகளும் புல் வெளியும் படர்ந்திருந்தது. சில்வண்டுகளின் ரீங்காரமும் பறவைகளின் பாஷையும் கவிந்திருந்த அமைதிக்கு மேலும் அழகூட்ட, உதிர்ந்திருந்த பூக்களும் சருகுகளும் சப்திக்க நடந்து உள்ளே போனார்கள். எங்கு பார்த்தாலும் அழுக்கு மூட்டைகளாய் சோம்பேறி ஜனங்கள். அந்த இடத்தின் அற்புதத்தை ரசிக்காமல் அழகியல் உணர்ச்சியே இல்லாத ஜடங்கள் போல படுத்துத் தூங்கிக் கொண்டிருந்தார்கள். தம்பிக்கும் ஆத்மாவுக்கும் இந்தக் காட்சியைப் பார்த்ததும் அழுகையே வந்து விட்டது. அந்தக் கோரத்தை காணச் சகியாமல், சட்டென்று அந்த இடத்தை விட்டு அகன்று, யாருமேயில்லாத ஒரு இடம் தேடி புல்வெளியில் அமர்ந்து அந்த இடத்தின் அற்புதத்தை ரசித்துக் கொண்டிருந்தார்கள். வகுப்பறையின் தூங்குமூஞ்சி சுவர்களைப் பார்த்து அலுத்துப் போன கண்களுக்கு அந்த இடம் கிடைத்ததற்கரிய அற்புதமாய்த் தெரிந்தது.

"எவ்வளவு அற்புதங்களை இழக்க இருந்தோம்" என்றான் தம்பி.

"ஆமாம் இன்னும் எவ்வளவோ அற்புதங்கள் வெளியே

இருக்கக் கூடும்” என்றான் ஆத்மா.

அப்பொழுது ஆத்மாவின் தோளில் ஒரு கரம் மெல்லிய பீலியாய் விழுந்தது. திரும்பிப் பார்த்தால், எதிரே தும்பைப் பூவைப்போல நரைத்த தலையுடன் ஒரு பெரியவர் பளீரிட்ட பற்களைக் காட்டி குறுநகை புரிந்தார். அப்பொழுதுதான் குளித்து விட்டு வந்தவர் போலிருந்தது. கேசத்தில் நீர் ஸ்படிகத்துளிகளாய் மின்னியது. கேசத்தை மேலே தூக்கி வாரி நடு நெற்றியில் குங்குமப் பொட்டு வைத்திருந்தார். முகம் மொழு மொழுவென்று உருண்டையாய் தேஜஸ் மின்னியது. கைவரை மூடிய ஜிப்பாவும் கால்வரை வேஷ்டியுமாய் தூய வெண்மையாடை தரித்து மின்னற் குமாரன் போல காட்சியளித்தார். அழுக்கு மனிதர்களைப் பார்த்து அருவருப்படைந்த கண்களுக்கு அவரை ஒற்றிக் கொள்ள வேண்டும் போலிருந்தது.

“என்ன தம்பி, ஸ்கூலுக்கு போகலியா...?” என்றார் பெரியவர். “என்ன டீச்சர் அடிச்சிட்டாங்களா?”

ஆத்மா, இல்லை என்று தலையாட்டினான்.

“ஏன் ஸ்கூலுக்குப் போகலே?”

“ஸ்கூல் எங்களுக்குப் பிடிக்கலே”

பெரியவர் ஆத்மாவைத் தூக்கி மார்போடு தழுவிக் கொண்டார். தம்பி சொன்னான்.

“ஸ்கூல்ல எங்களுக்குப் படிக்கறதுக்கு ஒண்ணுமேயில்லே...”

பெரியவர் அதிசயத்துடன் கண்களை அகல விரித்தார். அவர் இதழ்களின் கடைக் கோடியில் புன்முறுவலொன்று நழுவி ஓடியது.

“வாஸ்தவம்தான்... நீ ஸ்கூல்ல படிக்கறதுக்கு ஒண்ணுமேயில்லே... வெளியில படி; சூரியனுக்குக் கீழேயிருக்கிற இந்த உலகத்தில படிக்கறதுக்கு நிறைய இருக்கு... அந்த கிளாஸ் ரூம்ல நேரத்தை வீணாக்கிட்டு இருக்காதே...”

ஆத்மாவின் கேசத்தைக் கோதி உச்சி முகர்ந்து மெல்லிய ஒரு முத்தம் கொடுத்து விட்டு எழுந்து, தலையை ஆட்டி விட்டு, மெல்ல நடந்து கொஞ்சம் கொஞ்சமாய் மறைந்து

போனார்.

அவர் போனபிறகு ஆத்மாவும் தம்பியும் அவருடைய கூற்றில் கவரப்பட்டு அதைப்பற்றியே பேசிக் கொண்டிருந்தார்கள். தினமும் வெளியே எங்கெல்லாமோ அலைவது, மனசுக்கு பிடித்த சம்பவங்களில் கிறங்கிப்போய் நிற்பது, புரிபடாதவைகளைக் குடைந்து குடைந்து யோசிப்பது, ஒவ்வொரு நாளையும் புதிய புதிய கோணத்தில் அனுபவிப்பது, சாயங்காலம் ஸ்கூல் விடும் நேரத்தில் வந்து ரிக்ஷாவில் ஏறிக்கொண்டு வீட்டுக்கு வந்து தங்கள் அறைக்குப் போய் ஓவியங்கள் வரைவது, களிமண் பொம்மைகள் செய்வது... என்றெல்லாம் தினமும் அவன் சந்தித்த நிகழ்வுகள், மனிதர்கள், நூலகத்தில் போய் படித்த— படம் பார்த்த — புத்தகங்கள் என்று என்னென்னவோ சொல்லிக் கொண்டே போனான்.

எனக்கு பயம், கோபம், ஆத்திரம் அத்தனையும் ஒருசேர வெடித்தது. “வாயை மூட்றா கழுதை... தம்பியுமில்லே மண்ணாங் கட்டியுமில்லே... ஏண்டா ஸ்கூலுக்குப் போகச் சொன்னா ஊர் சுத்திட்டு வர்ரியாடா ராஸ்கல்”

நான் ஒருநாளும் அவ்வாறு கண்டித்ததில்லையாதலாலும், தம்பி இல்லை என்று அதிர்ச்சியடைய வைத்தாலும் ஆத்மா ஒரேயடியாய் பயந்து போய் கண்கள் சொருகிப் போய் கீழே விழுந்தான். நான் பதறிப் போனவனாய் அவனைத் தூக்கி “ஆத்மா, ஆத்மா,” என்று கூவினேன். பையன் மயங்கிக் கிடந்தான். என் சப்தநாடியும் பதறிப்போக, அவனைத் தூக்கி மார்போடணைத்துக் கொண்டு அருகிலிருந்த கடைக்குக் கொண்டு போய் தண்ணீர் வாங்கி முகத்தில் தெளித்தேன். அக்கம் பக்கத்திலிருந்தவர்கள் கூட்டம் கூடி விசாரித்தார்கள்.

“ஒண்ணில்லீங்க... வெயில் பாருங்க கொளுத்துது... 108 டிகிரி நமக்கே ஒருமாதிரி இருக்குது... சின்னக் குழந்தைக்கு கேக்க வேணுமா... மயக்கம் போட்டான் போல...”

ஆத்மா கண் விழித்ததும் ‘தம்பி.. தம்பி’ என்று என்னென்னவோ உளறினான். “தம்பி இருக்காம்பா... இதபாரு நின்னிட்டிருக்காம் பாரு...” என்று அவனுக்குத் தண்ணீர் காட்டினேன். “நீ தம்பி இல்லேன்னு சொன்னேயில்லே... நீ என்னோட பேச வேண்டாம் போ...”

“இல்லைடா ராஜா... நான் சும்மா வெளையாட்டுக்குச்

சொன்னேன். இதபாரு தம்பி... நீ மயங்கி விழுந்துட்டேன்னு அழுவுறாம்பாரு... வா எந்திரி போலாம்..." சுற்றிலுமிருப்பவர்கள் ஒருமாதிரியாய் உணர்வதற்குள் சட்டென்று அவனை கூட்டிக் கொண்டு நடந்தேன்.

அவன் என்னென்னவோ பேசிக் கொண்டு வந்தான். அவனுடைய பேச்சு எதுவும் நான் வாங்கிக் கொள்ளவில்லை. என் உள்ளமெங்கும் கவலையின் ஊசிகள் சுருக் சுருக்கென்று குத்தி வதைத்தன.

இவனை ஞானி என்பதா, பைத்தியக்காரன் என்பதா, இந்தச் சின்ன வயசிலேயே நடைமுறை வாழ்க்கையிலிருந்து அந்நியப்பட்டு வெகுதூரம் போய்விட்டானே... இன்னும் வாழ வேண்டிய காலம் நீண்டு கிடக்கிறதே... எனக்குள் என்னென்னவோ குழப்பங்களும் வெளிச்சக் கசிவுகளும் புலனாகிய வண்ணமிருந்தன. தலை முழுவதும் கும்மென்று வலித்தது. நினைவுகளின் அதிர்வலைகள் உள்ளமெங்கும் பாய்ந்து ஸ்மரணை தப்பி எண்ணங்களின் இருட்குகையில் பாசம் படிந்த பாதைகளில் இழுத்துப்போயின. குழம்பிய இதயத்துடன் கட்டுக்கடங்கா எண்ண ஓட்டங்களோடு நடந்தேன். மார்க்கெட்டில் பொருட்கள் வாங்கும் போதும், பணம் செலுத்தும் போதும் நான் என் வசம் இல்லை. வீடு திரும்பும் போது ஓயாமல் உழலவைக்கும் குழப்பங்களைப் போக்க டக்கென்று ஒருயோசனை தோன்றியது. அந்த நிமிஷத்தில் உடலெங்கும் பதட்டமும் பரபரப்பும் ஊர்ந்து நெளிந்தது.

எதிரில் பஸ் வந்தது. சாலையின் ஓரத்தில் ஒதுங்கினோம்.

அடுத்த கணம், "ஆ... அய்யய்யோ தம்பி பஸ்ல உழுந்திட்டானே..." என்று கத்தினேன்.

ஆத்மா சற்று தாமதித்து அந்த பயங்கரத்தைப் புரிந்து கொண்டு "ஐயோ ஐயோ" என்று அலறினான். பஸ் தம்பியின் மேலே ஏறிப் போயேபோய்விட்டது. நான் ஓடிப் போய் நடுரோட்டில் மண்டியிட்டு அமர்ந்து, "ஆத்மா, தம்பி செத்துப் போயிட்டானே... ஐயோ, ஐயோ..." என்று அழுதேன். ஆத்மா ஓ வென்று அழ ஆரம்பித்தான்.

(மார்ச் 1987)

மூன்றாவது சிருஷ்டி

சிசிபஸ் பாறாங்கல்லை மலைச்சிகரத்துக்கு உருட்டிச் சென்று கொண்டிருந்தான். பாறாங்கல் உருண்டையாக மொழு மொழுவென்று ரதத்தின் சக்கரத்தைப் போன்ற பரிமாணத்துடன் அழகாக இருந்தது. இரண்டு பக்கங்களும் ஆரக்கால்கள் மட்டும் செதுக்கியிருந்தால், சந்தேகமேயில்லை. உருட்ட ஆரம்பித்த முதலில் கோணல் மாணலாய் பாறாங்கல்லுக்கேயுரிய கரடு முரடாய்த்தான் இருந்திருக்கும்; சிகரத்தை அடைந்ததும் கல் கீழே உருண்டது. மனித நம்பிக்கைகளனைத்தும் சரிந்து விழுகின்ற சோகம் அதில் ஊடாடியிருந்தும், அற்புதமான காட்சி அது. அமானுஷ்யமான ஒலியுடன் புழுதியைக் கிளப்பிக் கொண்டு அடிவாரத்தை நோக்கிப் பாய்ந்து வந்தது. தரையைத் தொட்டுவிட்டோம் என்ற எக்களிப்பில் உற்சாகம் மிகுந்து படுத்து எழும்பி மல்லாக்க நான்கைந்து முறை கிறுகிறுத்து விழுந்தது.

சிசிபஸ் ஆயாசத்துடன் கீழிறங்கி நெற்றி நீரை வழித்த வண்ணம் விழுந்திருந்த பாறாங்கல்லைத் தூக்கி மறுபடியும் சிகரத்திற்கு உருட்டிப் போகத் தலைப்பட்டான்.

என்னுள் மெல்ல பச்சாதாபப்பூ பூத்துச் சிரித்தது.

"ஏ... சிசிபஸ், கொஞ்சநேரம் ஓய்வெடுத்துக் கொள்கிறாயா? நான் உருட்டுகிறேன்..." என்றேன்.

சிசிபஸ் சிரித்தான். சத்தம்போட்டு சிரித்தான், அவன்

சிரிப்பு மலைச் சிகரங்களில் பட்டுத் தெறித்தது.

"நீ என் பாறையை உருட்டினால் உன் பாறையை உருட்டுவது எவர்..?" என்று சிரிப்புனூடே சொன்னான்.

"என் பாறையா?"

"பின்...? ஓய்வெடுத்துக் கொண்டிருப்பதாய் நினைப்போ... நீயும் சபிக்கப்பட்டவன்தான்..." என்று பலமாகச் சிரித்து விட்டு பாறையை உருட்ட ஆரம்பித்தான்.

சட்டென தீக்கங்குகளை அள்ளிக் கொட்டினாற்போல உடம் பெங்கும் ஒரு தகிப்பு பரவியது. அணிந்திருந்த சட்டையையும் மீறி வெதுவெதுப்பாய் முதுகில் பரவியிருந்த இளஞ்சூட்டில் சர்ரென உஷ்ணம் ஏறியது.

ஆகாசத்தை விட்டு விலகி திரும்பி பக்கவாட்டில் படுத்து கண்களை மூடிக்கொண்டேன். மனசை பச்சென்று துடைத்தெடுத்தாற் போல எந்த நினைவுகளும் உழலாமல் நிர்சலனப்படுத்தினேன். சற்றைக்கெல்லாம் உடல் முழுவதும் குப்பென வேர்த்தது. சட்டையின் மேல்பொத்தானை விடுவித்தேன். எனக்காகவே தேக்கி வைத்திருந்தாற் போன்று காற்றை வசவசவென்று — மயிலிறகின் நெருடல்போல — என்மேல் செலுத்தியது மொட்டை மாடி. கண்களைத் திறந்து நாலாபுறமும் துழாவினேன். மேற்கில் சரிகிற சூரியனின் மாலைநேரப் பொன்தூவிகள் கைப்பிடிச் சுவரின் ஜன்னல் துவாரங்களில் வழிந்திருந்தன.

இந்த சூர்யப்பார்வை கூட சிகரத்தைத் தொட்டதும் அடிவாரத்தை நோக்கி ஓடுகிறதோ..

ஹே சூர்யா, உன்னை எந்த ஜுபிடர் சபித்தான்...?

யோசித்துப் பார்த்தால் எல்லோரும் சபிக்கப்பட்டவர்கள் தான் என்று தோன்றுகிறது. இந்த ரீதியிலான படிமங்கள் உருப்பெற்று உள்மனக்குகையை குடைந்து நெளிந்து ஓயாமல் அரற்றி சப்தநாளங்கள் அதிர, அதிர்வலைகள் சிரசைத் தாக்கிச் சுழன்றன. சுழற்சியின் நீட்டம் அறியாமல் மெல்ல மெல்ல விடுபட்டு நேராகத் திரும்பிப் படுத்து ஆகாசத்தைப் பார்த்தேன்.

மென்மையான பளிங்கு நிலம் போன்ற பழுப்பு வர்ண வயிற்றில் குச்சி குச்சியான கால்களைப் பொருத்திக் கொண்டு பெரிய்ய்ய கரப்பான் பூச்சி, 'நான்தான் கிரகூர் ஸம்ஸா'

என்றது. தன் கொடுக்குகளை ஆட்டி மெல்ல ஊர்ந்து கொண்டிருந்த அதனுடைய வாசனை நாசியில் நுழைந்து குமட்ட ஒரே அருவருப்பு.

கண்களை மூடிக் கொண்டு விட்டேன். காஃப்காவின் பெரிய காதுகள் நிழலாடின. என்னாயிற்று இன்றைக்கு? என் உலகத்தில் எல்லோரும் சபிக்கப்பட்டவர்களாகவே நடமாடுகிறார்கள்.

நீலநிறம் போர்த்திய ககனவெளியில் தொங்கும் மேகக் கூட்டங்கள்தான் என்னுடைய உலகம். எனக்கே எனக்கான உலகம். நானும் அற்புதங்களை விளைவிக்கும் மேகக் கூட்டங்களும் தான்; வேறு எவருமில்லை. குரூரமான முகங்களைத் திரைகள் போர்த்தியும், கரப்பான் பூச்சியின் அருவருப்புடனும், நாற்றமொழுகும் புன்னகைகளுடனும் திரியும் மனிதவிகாரங்களில்லை. செவிப்பறைகளைக் கிழிக்கும் பெருத்த சப்தத்துடன் ஓயாமல் ஹோவென அரற்றும் நகரத்தின் இரைச்சலில்லை. யாருடையதோ போலாகிப்போன வாழ்க்கை செப்பனிடச் செப்பனிட நைந்து கிழிந்து தொங்கும் அவலமில்லை. கனத்த புஸ்தகங்களின் சகவாசங்களால் வாழ்க்கை தொலைந்து தேடலின் விஸ்தீரணம் விரிந்து வேட்டை நாயின் நாக்குத் தொங்கலோடு அலையும் அலைச்சலில்லை. எதுவுமில்லை; நிகழ்கால தகிப்புகள். நீட்டநீட்ட நெளிநெளியாய்ச் சுருளும் பிரச்னைகள்.. பிரச்னைகள்.. பிரச்னைகள்.. எல்லாவற்றையும் மறந்து சற்று ஆசுவாசமாய்க் கிடக்க ஆகாயம் தரிசிக்கும் மொட்டை மாடியில் மல்லாந்து கிடப்பேன். இறந்துபோன நினைவுக் கழுகுகள் உயிர்த்தெழுந்து கூரிய அலகால் மனசை சதக் சதக். குருதி வழியும் என்னை நிகழ்காலச் சுவடின் நிழல்கூடப் படாத வேறொரு உலகத்திற்கு அழைத்துச் செல்லும் மேகக் கூட்டங்கள். ஹ்ஹா... அந்த உலகம் அற்புதமான உலகம்; வினோதமான விந்தைகள் படர்ந்து கிடக்கும் உலகம்; மேகவெளியின் பஞ்சுக் கூட்டத்தில் பதுங்கிக் கிடக்கும் பற்பல விசித்திரவாசிகளோடு வாசியாய் வலம் வரும் உலகம். அந்த உலகத்தில் நுழைந்து விட்டால் நிகழ்கால பிரக்ஞையின்றி அமிழ்ந்து போவேன். வாழ்க்கையின் உன்னதமே அந்த உலகத்தில் கழிக்கும் தருணங்களில் தானென.

பியானோ வாசிக்கும் இளைஞன் சற்றைக்கெல்லாம் பியானோவை ஒரு அழகான தேவதையாக மாற்றி வாசிப்பான். நானும் வாசிக்கட்டுமா என்று கேட்டால் உடனே மறைந்து போவான்; பிடறிமயிர் அலைபட நுரைகக்கிக் பாய்ந்து வரும்

குதிரைகள், அதன்மேல் ஆரோகணித்து வரும் களப்பிரர்கள். அவர்களின் நீட்டிய கைகளின் ஒவ்வொரு விரலிலும் தீ.. தீ.. இருளை விலக்கித் தள்ளும் வெளிச்சத்தீ. தீயில் பொசுங்கிப் போனாலும் சாம்பலிலிருந்து மறுபடி உயிர்த்தெழும் பீனிக்ஸ் பறவை. ராட்சதக் காளான்களை பறக்கும் மரங்களாக்கிப் பறந்து திரியும் குட்டிஇளவரசர்கள். அலைகள் கிழித்து தோணி செலுத்தும் செம்படவர்கள். அவர்கள் வீசிய வலையில் சிக்கிய மீன்கன்னி. கால்பந்தாட்டம் ஆடும் இளைஞர்கள். கால்பந்தாட்டம் என்றால் எனக்கு உயிர். ‘என்னையும் சேர்த்துக் கொள்ளுங்களேன்’ என்று கேட்டதற்கு ‘நீ தானே ஆட்டுகிறாய்’ என்று நமுட்டுச் சிரிப்பு சிரித்துக் கொண்டே போயினர்.

என் முகத்தில் எல்லையில்லா உவகை களிப்பு ஆனந்தம் பின்னிக் கிடந்தது. தினம் தினம் என் சிருஷ்டிகளோடு கை கோர்த்து, கற்பனைக்கும் அப்பாற்பட்ட பிரதேச வெளிகளில் சுற்றித் திரிந்தேன். நான் உயிர் வாழ்வதே அந்தக் கணங்களுக்காகத் தான் என்று எனக்கு அப்போது தோன்றும்.

என் உலகத்தில் மெல்ல பிரவேசித்தேன்.

ஒரு மனிதன் கோடரியால் எதையோ சுற்றிச் சுற்றி வெட்டிக் கொண்டிருந்தான். அவன் முகத்தில் சொல்லவொணாப் பயம் ததும்பி நின்றது. ஒரு மாபெரும் அதிர்ச்சி தாக்கியது போல முகம் ரத்தம் சுண்டிப் போய் வெளிறியிருந்தது. நெற்றியில் வழிந்து கண்களை மறைக்கும் சிகையை ஒதுக்கி விட்டுக் கொண்டு பதட்டத்துடன் கோடாரியை வீசிக்கொண்டிருந்தான். நிலத்தை வெட்டுகிறானா, வெறும் வெளியை விஷ்ஷ்க்கிறானா என்பது விளங்காமல் நான், ‘அய்யா... உங்களைத்தான் அய்யா...” என்று அழைத்தேன். அவன் சட்டென வெட்டுவதை நிறுத்திவிட்டு பயந்துபோன கண்களை நாலாபுறமும் சுழலவிட்டுக் கண்டு கொண்டதற்கு அடையாளமாய் என்மீது நிலைகுத்தினான்.

“என்ன செய்து கொண்டிருக்கிறீர்? எதையோ வெட்டித் தள்ளிக் கொண்டிருக்கிறீர் போலிருக்கிறதே... அது என்ன வென்று நான் அறியலாமா...?” என்று விசாரித்தேன்.

அதற்கு அவன், ‘தன் நிழல் ஓநாய் போல இருப்பதாகவும், அதனால் தன் நிழலை வெட்ட முயற்சித்துக் கொண்டிருப் பதாகவும்’ தெரிவித்தான்.

எனக்குள் அதிர்ச்சியின் குத்துவாள்கள் சரேலென்று

பாய்ந்தன.

"நிழலை வெட்டுவதா எப்படி...?"

"ம்... இப்படி" என்றவன் கோடாரியால் ஒரு போடு போட்டான். நிழல் கலைந்து வேறு இடத்தில் விழுந்தது. அவன் சொன்னதை என்னால் ஜீரணிக்க முடியவில்லை. நிழலை வெட்டுவதாவது... அதிலிருந்து மீளாமலேயே அடுத்த வாக்கியத்தில் அடர்ந்திருந்த வினோதம் கவர்ந்தது.

"ஆமாம், உம் நிழல் எப்படி ஓநாய் போல விழும்... நீர் மனிதன் தானே...?" என்று கேட்டதற்கு,

"நீரும் மனிதன்தானே, உம் நிழலைப் பாரும்..." என்று சொல்லி விட்டு தொடர்ந்து வெட்ட ஆரம்பித்தான்.

என் அடிவயிற்றில் பயம் சிலீரிட்டது.

என் நிழல்...?

ஆர்வம் மெல்ல மெல்ல தலைதூக்கி பயத்தை ஒதுக்கிப்போட, மெதுவாக எழுந்து, சாயங்கால நேரத்துச் சூர்யனின் கிரணங்கள் என் மீது படுமாறு நின்றேன். என் நிழல் கைப்பிடிச் சுவரின்மேல் விழுந்து கீழிறங்கி சிமெண்ட் ஓடு வேய்ந்த கூரையில் பட்டுச் சிதைந்து நீட்டநீட்டமாய் ரெக்கைகளை விரித்தபடி பறக்கும் ராட்சஸப் பறவையைப் போல விழுந்திருந்தது. மேற்கொண்டு பார்க்காமல் திரும்பி வந்து படுத்துக் கொண்டேன்.

தொண்டைக்குழி வரை புடைத்தெழும்பியது பயமும் வியப்பும். விதவிதமாய் முதுகு வளைந்த பல்வேறு கேள்விக்குறிகள் கொத்திக் கொத்திப் பிடுங்க ஆரம்பித்ததில் மண்டை கனத்தது. இம்சையின் அடிநாதத்தில் கட்டுண்டது உடல்.

திடீரென்று ஒரு பெரிய கர்ஜனை கேட்டது. திடுக்கிட்டுப் பார்த்தால்...

கொம்புகள் முளைத்த மனித உடலுடன் மினோட்டார்...

பிக்காஸோவின் ஓவியத்திலிருந்து நேரடியாக இங்கு வந்து விட்டது போல இருந்தது அதன் செய்கை. தன் கொம்புகளுடனான மாட்டுத்தலையை ஆட்டி உறுமியது, "மரபை மறந்துவிடாதே... உனது வேர்களை இழந்து விடுவாய்..." என்று சொல்லியவாறே, திண்மையான புஜங்களைக் குலுக்கிக்

கொண்டு கூர்சீவிய கொம்புகளைச் சிலுப்பிக் கொண்டு பக்கவாட்டுத் தோற்றத்தில் வந்து நின்று ஒரு காளைமாடாக மாறியது, சிந்து முத்திரையின் தோற்றத்துடன்.

அதன் வெண்கலக் குரலின் நாவுகள் என் உடம்பெங்கும் மேய்ந்து தள்ளியதில், என் அத்தனை இயக்கங்களும் சடுதியில் நின்று போக கண்கள் சொருகிப் போனேன்.

கண் விழித்தபோது சரீரம் லேசாய் நடுங்குவதை உணர்ந்தேன். கைகால்கள் விறுவிறுத்துப் போயிருந்தன. கண்களை மூடியபடி யோசித்தேன். ஏதேதோ தத்துவத் தேட்டங்கள் தட்டுப்பட்டன. கடிவாளமில்லாத மனசை ஒரு நிலைப்படுத்தி ஆசுவாசப் படுத்தினேன்.

சுற்றிலும் ஒருமுறை பார்த்தேன். நிசப்தம் தடவிய அந்திப் பொழுது இருள் பாம்பு வெளிச்சத்தை மெல்ல மெல்ல விழுங்கத் தொடங்கியிருந்தது. அடிவான மேற்குத்தொடர்ச்சி மலைகள் கன்னங்கரேலாகிக் கொண்டிருந்தன. மெல்ல இருள் சூழுகையில் வீடு திரும்பும் இலக்குடன் ஒன்றும் பேசாமல் மௌனமாக பட்சிகள் கூட்டம் பறந்து சென்றது. ஒரு ஒழுங்குடன் ரெக்கைகளை அசைத்து அசைத்துச் செல்லும் நளினம்...

அந்தக் கணமே எல்லாவற்றையும் துறந்து தாமும் ஒரு பக்கியாக அவைகளுடன் சிறகடித்துப் போயிருந்தால் எவ்வளவு குதூகலமாய் இருந்திருக்கம்...

அந்த நினைப்பே ஒருவித போதை ஏற்படுத்தியது. தனக்குச் சிறகு ஏதாவது முளைக்குமா என்று அக்குளில் தொட்டுப் பார்த்தேன். புஸுபுஸுவென்று ரோமம் தான் அடர்ந்திருந்து. கைகளை அக்குளில் வைத்து சிறகாக்கி அசைத்து அசைத்துப் பறக்க யத்தனித்தேன். ம்ஹூம். என் செய்கையில் வெட்கமடைந்து என்னை யாரும் கவனித்தார்களா என்று சுற்றிலும் பார்த்தேன். யாரோ ‘க்ளுக்’ என்று நகைக்கும் சப்தம் கேட்டது. அது நகைப்பா குதிரையின் கனைப்பா என்று புரியாமல்...

பிடறிமயிர் அலைபட, விடைத்த முதுகுடன், தனது நெற்றியில் முளைத்திருந்த ஒற்றைக் கொம்பால் மேகக்கூட்டங்களைத் துவம்சம் செய்தபடி ஆகாயத்தில் புழுதியைக் கிளப்பிக் கொண்டிருந்தது...

யூனிகோர்ன்!

எனது முகத்துக்கு நேராக ஒற்றைக் கொம்பை ஆட்டியபடி வாலைச் சுழட்டிச் சுழட்டி வீசியது.

“என் ஒற்றைக் கொம்பைப் பிடிக்கவல்ல உன் கட்டைவிரலைக் கொடுத்துவிடு...” என்றது. அதன் குரல் வெண்கலப் பாத்திரத்தில் சில்லரைக் காசுகளை அள்ளிக் கொட்டினாற் போன்ற சப்தத்துடன் தெறித்தது. எனக்குள் பயப்பந்து தொண்டைக்குழிக்குள் மாட்டி உப்பியது.

நான் மறுமொழி பேசாமல் போகவே தொடர்ந்து, “ஹ்ஹாஹ்ஹா, எனக்கு ஒரே அகோரப்பசி...ம், சீக்கிரம் வெட்டிக் கொடு...” என்றது. “என் கட்டளையை ஏற்கா விட்டால்... நீ எங்கு போனாலும் தப்ப முடியாது. எந்த உலகத்திற்குப் போனாலும் அந்த உலகத்திற்கு நான் வருவேன்...” என்று சுட்டு விரலை ஆட்டி பயமுறுத்துவது போல தன் ஒற்றைக் கொம்பை ஆட்டியது.

“இப்பொழுதே வெட்டிக் கொடுத்துவிடு; நான் எல்லை மீறுகிற போது உன்னையே சாப்பிட்டு விடுவேன்... என் மாமிசருசி கண்டுவிட்டால், பின்னாளில் எனக்கு அதியற்புதமான உணவு கொடுத்தாலும் உன் மாமிசத்தைச் சுவைப்பதிலேயே குறியாக இருப்பேன். அதனால், என் பசியை இப்போதே அடக்கிவிடு...”

எனக்கு உடலெங்கும் நரம்புகள் வெட்டி வெட்டி இழுக்க மூர்ச்சையானேன். நாசித் துவாரங்களில் எல்லாம் நீர் ஏறுகிறாற் போல முகத்தில் தண்ணீர் பீய்ச்சியடிக்கப்பட்டதும் மூர்ச்சை தெளிந்து கண்விழித்தேன். எனக்கு நேரே ஒரு கனத்த குழாய் தண்ணீரை பீய்ச்சியடித்துக் கொண்டிருந்தது. நான் போதும் போதும் என்று கத்திப் பார்த்தேன். சீற்றம் நிற்கவில்லை. மூக்கு நாஞ்சி வாய் என்று தண்ணீர் சீறிப் புகுந்து திக்கு முக்காட வைத்தது. சுவாசப்பைகளில் தண்ணீர் புகுந்த நிலையில் மூச்சுத் திணறலோடு எழுந்து, பொழியும் தண்ணீரை நிறுத்தலாம் என்று குழாயின் மூடுகோலைத் தேடினேன். அப்பொழுது உணர்ந்தேன். குழாய் கனத்த மரப்பட்டையின் சொரசொரப்பேறியிருந்தது. நுனியிலிருந்து மேலே பருத்துக் கொண்டே வளைந்து நெளிந்து...

கடவுளே... அது குழாயல்ல, துதிக்கை.

பிடறி சிலிர்க்கும் சிங்கத்தலையுடன் யாளி.

முகத்தில் துதிக்கை முளைத்திருந்தது...

நீட்டமாய் வளர்ந்து கொண்டே வந்து துதிக்கை முனையில் முளைத்திருந்த கொடுக்குகளின் கூர்மை என்னைத் தாக்க நான் சுதாரித்துக் கொண்டு எழுவதற்குள் துதிக்கை சுழன்று சுழன்று கைகால் முகம் என்று ஒத்தியது. நெறியின் கடுகடு எனக்குள் சீற்றம் கொண்டது.

நடந்து போனேனா, ஓடினேனா, கைகளை ரெக்கைகளாக்கி கடைந்து கடைந்து பறந்து போனேனா... தரை தட்டியது கால்.

என் சட்டமிட்ட வானில் காளைமாட்டின் இரட்டைக் கொம்பு.

(ஏப்ரல் 1987)